ചതിക്കാത്ത കാമുകൻ
(നോവൽ)

ആര്യ ജി

Copyright © Arya G
All Rights Reserved.

This book has been published with all efforts taken to make the material error-free after the consent of the author. However, the author and the publisher do not assume and hereby disclaim any liability to any party for any loss, damage, or disruption caused by errors or omissions, whether such errors or omissions result from negligence, accident, or any other cause.

While every effort has been made to avoid any mistake or omission, this publication is being sold on the condition and understanding that neither the author nor the publishers or printers would be liable in any manner to any person by reason of any mistake or omission in this publication or for any action taken or omitted to be taken or advice rendered or accepted on the basis of this work. For any defect in printing or binding the publishers will be liable only to replace the defective copy by another copy of this work then available.

പ്രണയം മനസ്സിൽ സൂക്ഷിക്കുന്ന എല്ലാവർക്കും വേണ്ടി സമർപ്പിക്കുന്നു

ഉള്ളടക്കം

ആമുഖം vii

കടപ്പാട് ix

1. അദ്ധ്യായം 1 1
2. അദ്ധ്യായം 2 16
3. അദ്ധ്യായം 3 35
4. അദ്ധ്യായം 4 65

• v •

ആമുഖം

പ്രണയിക്കുന്നവർക്കും പ്രണയം നഷ്ട്ടപ്പെട്ടവർക്കും പ്രണയിച്ചു കൊണ്ടിരിക്കുന്നവർക്കും മാത്രം അറിയാവുന്ന ഒരു അനുഭൂതിയുണ്ട്. ആദ്യ ചുംബനം. അത് മറക്കാൻ ലോകത്ത് ഒരാൾക്കും സാധിക്കില്ല. എന്നാൽ ഒരു ചുംബനം തകർത്ത സൗഹൃദവും അതിനുള്ളിലെ പ്രണയവും പരിഭവങ്ങളും വിരഹവും കണ്ടുമുട്ടലുകളുമൊക്കെയാണ് ഈ കഥയിൽ ഉള്ളത്. പ്രണയം ഉള്ളിലുള്ളവർക്ക് ഇതൊരു അവിസ്മരണീയമായ അനുഭൂതിയായിരിക്കും. റീവ എസ് എഴുതിയ എന്നേക്കും ഒരുമിച്ച് എന്ന ഇംഗ്ലീഷ് നോവലിന്റെ മലയാളം പരിഭാഷയാണിത്. സ്നേഹത്തോടെ ഞാനിത് സമർപ്പിക്കുന്നു.

കടപ്പാട്

സുഹൃത്തുക്കൾക്കും ബന്ധുക്കൾക്കും സ്നേഹം നിറഞ്ഞ നന്ദി

1

"നീ അവളെ നിന്റെ ചിറകിനടിയിലാക്കുന്നു" എന്നതു കൊണ്ട് എന്താണ് അർത്ഥമാക്കുന്നത്? എനിക്ക് കഴിയില്ല. ഞാൻ ചെയ്യില്ല", അദ്വിത് ന്യായവാദം ചെയ്തു.

" നിനക്ക് കഴിയും, നീ ചെയ്യും.. ഞാൻ ഉദ്ദേശിച്ചത്, നീ അവളെ നിന്റെ ചിറകിന് കീഴിലാക്കുന്നു, നീ അവളുടെ കൂടെ ജോലി ചെയ്ത് ബിസിനസ്സിന്റെ എല്ലാ തന്ത്രങ്ങളും പഠിപ്പിക്കാൻ പോകുന്നു, ഇത് അന്തിമമാണ് ", അദ്വിതിന്റെ അച്ഛൻ രാഹുൽ പറഞ്ഞു.

അദ്വിതിൽ നിന്നോ എന്റെ ഇരട്ട സഹോദരിയിൽ നിന്നോ അദ്ദേഹം പലപ്പോഴും ഒന്നും ആവശ്യപ്പെടാറില്ല. കാര്യങ്ങൾ അവരുടെ ഇഷ്ടപ്രകാരം ചെയ്യാൻ അനുവദിച്ചു. പക്ഷേ, അദ്ദേഹം ആവശ്യപ്പെടുമ്പോൾ അത് അന്തിമമാണ്. അതുകൊണ്ട്, ഇപ്പോൾ അദ്വിത് തോൽവി സമ്മതിച്ച് അദ്ദേഹം പറയുന്നത് പോലെ ചെയ്യണം.

"എന്നാലും ഞാനെന്തിനാ അച്ഛാ?!"

"കാരണം അവൾക്ക് നല്ല വൈദഗ്ധ്യം ലഭിക്കുമെന്ന് ഞാൻ വാക്ക് നൽകിയിരുന്നു... കൂടാതെ നിങ്ങൾ കുട്ടികളായിരിക്കുമ്പോൾ ഏറ്റവും നല്ല സുഹൃത്തുക്കളായിരുന്നു... അതിനാൽ നിങ്ങൾ രണ്ടുപേരും ഒരുമിച്ച് പ്രവർത്തിക്കുന്നത് കൂടുതൽ സുഖകരമായിരിക്കും.. ദ്വി ... എനിക്കറിയില്ല. നീ എന്തിനാ ഇങ്ങനെ പെരുമാറുന്നത്!!", ഒരു നെടുവീർപ്പോടെ അച്ഛൻ എതിർത്തു.

"ബെസ്റ്റ് ഫ്രണ്ട്സ്..", അദ്വിത് ശ്വാസത്തിനടിയിൽ പിറുപിറുത്തു.

ഇതൊരു നിസ്സാര കാര്യമാണെന്നും അദ്വിത് അമിതമായി പ്രതികരിക്കുകയാണെന്നും കരുതുന്നുവെങ്കിൽ, അതിന്റെ കാരണങ്ങൾ ഞാൻ നിങ്ങളോട് പറയട്ടെ.

അദ്വിത്, അവന്റെ പ്രിയപ്പെട്ട മാതാപിതാക്കളായ രാഹുലിന്റെയും സൻവിതയുടെയും മകൻ 24 വയസ്സ് പ്രായം, വിവിധ മേഖലകളിൽ വൈദഗ്ധ്യമുള്ള ലോകത്തിലെ പ്രമുഖ കമ്പനികളിലൊന്നായ റിഷ് ആൻഡ് സാൻവി ഗ്രൂപ്പ് ഓഫ് കമ്പനികളുടെ സിഇഒയാണ്.

ഇനി അച്ഛൻ പറഞ്ഞ ഈ പെൺകുട്ടിയെ കുറിച്ച് പറയാം. വരുൺ അമ്മാവന്റെയും പിയ ആന്റിയുടെയും മകളും ശ്രിനികിത് കോർപ്പറേഷന്റെ ഭാവി സിഇഒയും ആയ 23 വയസ്സുള്ള റിക്ക ശ്രിനികിത് എന്നാണ് അവളുടെ പേര്.

അവൾ ഇപ്പോൾ എങ്ങനെയുണ്ടെന്ന് അവനറിയില്ല . എന്നാൽ 6 വർഷം മുമ്പ്, അവൾ ചിറകുകളില്ലാത്ത ഒരു മാലാഖയായിരുന്നു, അവളുടെ തുളച്ചുകയറുന്ന തവിട്ട് കണ്ണുകളും ഇരുണ്ട തവിട്ട്-കറുത്ത മുടിയും അവളുടെ ശരിയായ അനുപാതത്തിലുള്ള എല്ലാ സവിശേഷതകളും.

അവളുടെ മാലാഖ മുഖത്തെ നിഷ്കളങ്കതയും ശാന്തതയും അവനിപ്പോഴും ഓർമയുണ്ട്. അവനെങ്ങനെ അവളെ മറക്കും?

അവൾ ഹൃദയം തകർത്തവളായിരുന്നു, എന്നാൽ ഇപ്പോൾ, എല്ലാ സ്നേഹത്തിൽ നിന്നും പ്രതിബദ്ധതകളിൽ നിന്നും അകന്നു നിൽക്കുകയാണ്.

അവരുടെ ബന്ധം അവൾ ജനിച്ച ദിവസം മുതലുള്ളതാണ്. മെയ്-3-1992. അവന്റെ അച്ഛൻ അവളുടെ അച്ഛന്റെ ഏറ്റവും നല്ല സുഹൃത്താണ്, അതുപോലെ അവരുടെ അമ്മമാരും. അങ്ങനെ അവർ അക്ഷരാർത്ഥത്തിൽ ഒരുമിച്ച് വളർന്നു.

രക്ഷതും അവളുടെ 2 വയസ്സുള്ള മൂത്ത സഹോദരനും അദ്വിതിന്റെ ഇരട്ട സഹോദരിയും നല്ല സുഹൃത്തുക്കളാണ്. അതിനാൽ, അവർ രണ്ടുപേരും എപ്പോഴും ഒരുമിച്ച് ചുറ്റിക്കറങ്ങുന്നു. കാലം കഴിയുന്തോറും അവർ രണ്ടുപേരും നല്ല സുഹൃത്തുക്കളായി. എന്നാൽ ആ വികാരം സൗഹൃദത്തേക്കാൾ വലുതാണെന്ന് ഒരു 5 വയസ്സുകാരന് അറിയില്ലായിരുന്നു.

സമയം പറന്നു പോകുമ്പോൾ, റിക്കയോടുള്ള അദ്വിതിന്റെ വികാരങ്ങളുടെ ഭാരം വർദ്ധിച്ചു. അതിനാൽ, അവരുടെ കൂടിക്കാഴ്ചകളും സംസാരങ്ങളും പരിമിതപ്പെടുത്താൻ അവൻ

തീരുമാനിച്ചു, അത് അവന്റെ ബാല്യകാല സുഹൃത്തിനോടുള്ള അഭിനിവേശം അവസാനിപ്പിച്ചു.

അങ്ങനെ, അദ്വിത് രക്ഷത്തിനൊപ്പം കൂടുതൽ ചുറ്റിക്കറങ്ങാൻ തുടങ്ങി. റിക്കയിൽ നിന്ന് അകന്നു പോകാൻ തുടങ്ങി. പക്ഷേ റിക്കയോടുള്ള പ്രണയം ഒട്ടും കുറഞ്ഞില്ല. വാസ്തവത്തിൽ, അത് കുതിച്ചു ചാട്ടത്തിൽ വളർന്നു.

അവന് 11 വയസ്സുള്ളപ്പോൾ, അച്ഛന്റെ ബിസിനസും കാര്യങ്ങളും കാരണം റിക്ക ഡൽഹിയിലേക്ക് മാറി. അന്നാണ് അവൻ ആദ്യമായി കരയുന്നത്.

പക്ഷെ അദ്വിത് ജീവിതം അതേപടി സ്വീകരിച്ച് മുന്നോട്ട് പോകാൻ ശ്രമിച്ചു. അദ്വിത് കൗമാരപ്രായത്തിൽ എത്തിയപ്പോൾ, സ്കൂളിലെ ഒരു നല്ല ചേട്ടനും തമാശക്കാരനുമായിരുന്നു.

റിക്കയെ മറക്കാൻ, അദ്വിത് നിരവധി പെൺകുട്ടികളുമായി ഡേറ്റിംഗ് ആരംഭിച്ചു. പക്ഷേ അവന് അവരെ ചുംബിക്കാൻ പോലും കഴിയാത്തത്ര സ്നേഹമായിരുന്നു റിക്കയെ. അവൻ ശ്രമിക്കുമ്പോഴെല്ലാം, അവൻ അവളെ ഒറ്റിക്കൊടുക്കുകയാണെന്ന് തോന്നി.

എന്നാൽ അവന്റെ വികാരങ്ങൾ തുടരാൻ കഴിയില്ല, കാരണം ഇത്രയും വർഷമായി അദ്വിത് അവളെക്കുറിച്ച് കേട്ടിട്ടില്ല. അവൾ സന്തോഷത്തോടെ മറ്റൊരാളുമായി പ്രതിബദ്ധത ഉള്ളവളായിരിക്കാം.

അവൾ തന്നെ ഓർക്കുക പോലും ഇല്ലായിരിക്കാം. ഈ ചിന്തകൾ അവന്റെ ഹൃദയത്തിൽ വലിയ വേദന വരുത്തുകയും അതിനെ കീറിമുറിക്കുകയും ചെയ്തു. എന്നിട്ടും, ഇത് യാഥാർത്ഥ്യമാണെന്ന് അവനറിയാം.

അതിനാൽ, അദ്വിത് തന്റെ ദൗത്യം തുടർന്നു ,ദൗത്യം റിക്കയെ മറക്കുക. എന്നാൽ എല്ലായ്പ്പോഴും എന്നപോലെ, അവനു വിജയിക്കാൻ കഴിയില്ല.

അങ്ങനെ ആ നിർഭാഗ്യകരമായ ദിവസം വന്നെത്തി. ഇത് അവന്റെ ശൈത്യകാല അവധിക്കാലമായിരുന്നു, അവന്റെ മാതാപിതാക്കൾ അച്ഛന്റെ സഹപ്രവർത്തകർക്കായി ഒരു ഔപചാരിക ശൈത്യകാല പാർട്ടി ആസൂത്രണം ചെയ്തു.

അത് അവരുടെ കടൽത്തീരത്തുള്ള വീട്ടിലായിരുന്നു. അതിഥികളെ കൊണ്ടു വരാനുള്ള സ്വാതന്ത്ര്യം അവനും സഹോദരി വിറ്റയ്ക്കും ഉണ്ടായിരുന്നു. അതിനാൽ, അവൻ കുറച്ച് സുഹൃത്തുക്കളെ ക്ഷണിച്ചു. വിറ്റയും അത് തന്നെ ചെയ്തു. ആ ദിവസം അവൻ ൻ ജീവിതത്തിൽ ഒരിക്കലും മറക്കില്ല.

ഫ്ലാഷ്ബാക്ക് :

"ദ്വീ യും വിറ്റയും , ഇങ്ങോട്ട് വരൂ... ആരോ നിങ്ങളെ കാണാൻ വന്നിട്ടുണ്ട്", അമ്മ ആവേശത്തോടെ വിളിച്ചു.

"അമ്മേ വരുന്നു!", പാർട്ടികളിൽ അവൻ ഏറ്റവും വെറുക്കുന്ന ഭാഗമാണിത്. അച്ഛന്റെ സഹപ്രവർത്തകരെ കാണുകയും അവരുടെ വിരസമായ ചോദ്യങ്ങൾക്കെല്ലാം ഉത്തരം നൽകുകയും വേണം.

പക്ഷേ, പടവുകളുടെ അറ്റത്ത് എത്തിയപ്പോൾ, അവന്റെ കണ്ണുകൾ അവൻ കണ്ടിട്ടുള്ളതിൽ വച്ച് ഏറ്റവും സുന്ദരിയായ പെൺകുട്ടിയിലേക്ക് പാഞ്ഞു. അവൾ അവന്റെ അമ്മയുടെ അരികിൽ മാലാഖയായി പുഞ്ചിരിച്ചു.

അവൾക്ക് തവിട്ട് കണ്ണുകളും ഇരുണ്ട തവിട്ട്-കറുത്ത മുടിയും നിറയെ പിങ്ക് ചുണ്ടുകളും ഏറ്റവും കുറ്റമറ്റ ചർമ്മവും ഉണ്ടായിരുന്നു. അവളുടെ മുഖത്ത് ഒരു നിഷ്കളങ്കതയും വിചിത്രമായ ശാന്തതയും ഉണ്ടായിരുന്നു. അവൾ മേക്കപ്പൊന്നും ധരിച്ചിരുന്നില്ല, നീല സ്കിന്നി ജീൻസും വെള്ള ലെവിയുടെ ടി-ഷർട്ടും ധരിച്ചിരുന്നു.

പക്ഷേ അവൾക്ക് പരിചിതമായ എന്തോ ഒന്ന് ഉണ്ടായിരുന്നു. അവന് അവളെ എന്നെന്നേക്കുമായി അറിയാവുന്നതു പോലെ തോന്നി.

അപ്പോഴാണ് ചേച്ചി പറഞ്ഞ ഏറ്റവും ഞെട്ടിപ്പിക്കുന്നതും ഹൃദയസ്പർശിയായതുമായ വാക്കുകൾ അവൻ കേട്ടത്.

"റിക്ക! അത് നിങ്ങളാണോ?!", വിറ്റ ആശ്ചര്യകരമായ സ്വരത്തിൽ പറഞ്ഞു, അതിന് പെൺകുട്ടി പുഞ്ചിരിക്കുകയും തലയാട്ടുകയും

ചെയ്തു.

ദൈവമേ ! ഞാൻ സ്വപ്നം കാണുകയാണോ ? റിക്ക എന്റെ മുന്നിലുണ്ട് .. എപ്പോഴത്തെയും പോലെ ഗംഭീരം.

ഒടുവിൽ എന്റെ പ്രാർത്ഥനകൾക്ക് ഉത്തരം ലഭിച്ചു. എനിക്ക് അവളെ വീണ്ടും കണ്ടുമുട്ടാൻ കഴിയുന്ന ദിവസം ഞാൻ എപ്പോഴും ഭയപ്പെട്ടിരുന്നു, ഒടുവിൽ ഇന്ന്, അവൾ എന്റെ മുന്നിലുണ്ട്.

രണ്ട് പെൺകുട്ടികളും മുന്നോട്ട് പോയി പരസ്പരം കെട്ടിപ്പിടിച്ചു.

"ഞാൻ നിന്നെ ഒരുപാട് മിസ്സ് ചെയ്തു വിറ്റാ ", റിക്ക ചേച്ചിയെ കെട്ടിപ്പിടിച്ചു പറഞ്ഞു. കൊള്ളാം ! അവളുടെ ശബ്ദം ദിവ്യമാണ്. അവൾ അത് എന്നോട് പറയുമ്പോൾ എങ്ങനെയിരിക്കും ??

അദ്വിതിന് ചിന്തയെ സഹായിക്കാൻ കഴിയില്ല, ഇപ്പോൾ അവനു തന്റെ ഇരട്ടയോട് അസൂയയുണ്ട്.

"തീർച്ചയായും നിങ്ങൾ നിങ്ങളുടെ ബെസ്റ്റ് ഫ്രണ്ടിനെ മിസ് ചെയ്തു... ഐ മിസ്സ് യു റ്റു ", വിറ്റ അത്യധികം സന്തോഷത്തോടെ പറഞ്ഞു.

അപ്പോൾ തന്നെ അമ്മ പറഞ്ഞു, "വിഷമിക്കരുത് മോനേ.. ഈ അവധിക്ക് നിനക്ക് റിക്കയെ കിട്ടിയല്ലോ..

ഈ ശൈത്യകാലത്ത് അവൾ ഞങ്ങളുടെ കൂടെയാണ് താമസിക്കുന്നത്. ഇപ്പോൾ ഞാൻ അടുക്കളയിലേക്ക് പോകുകയാണ്.

ഈ പാർട്ടിക്ക് മുമ്പ് എനിക്ക് ജോലികൾ തീർക്കാൻ ഉണ്ട്."

അദ്വിതയോട് ആ വാക്കുകൾ പറഞ്ഞെങ്കിലും അവന് സന്തോഷം അടക്കാനായില്ല.

ശീതകാലം മുഴുവൻ റിക്കയ്ക്കൊപ്പം! കൊള്ളാം! ഞാൻ തീർച്ചയായും ഇത് അവൾക്ക് പ്രത്യേകമാക്കും.

അവസാനം, പെൺകുട്ടിയുടെ എല്ലാ സംസാരത്തിനും ശേഷം, അദ്വിത് അവിടെ നിൽക്കുന്നത് അവൾ ശ്രദ്ധിച്ചു.

റിക്കയുടെ കണ്ണുകൾ സന്തോഷത്തോടെ കാണിച്ചു, അത് അവനുമായി കണ്ടുമുട്ടിയപ്പോൾ. തന്റെ ആമുഖങ്ങൾ സ്വയം നടത്താൻ അവൻ തീരുമാനിച്ചു. അവൻ സ്വയം പരിചയപ്പെടുത്താൻ പോകുകയായിരുന്നു.

"ഹേയ് ദ്വീ! സുഖമാണോ?!", അവൾ നാണത്തോടെ ചോദിച്ചു.

"എനിക്ക് സുഖമാണ്.. നിനക്ക്?!", അവൻ എന്റെ കഴുത്തിന്റെ പുറകിൽ വിചിത്രമായി മാന്തികുഴിയുണ്ടാക്കിക്കൊണ്ട് പറഞ്ഞു.

അവളെ ഇറുകെ കെട്ടിപ്പിടിച്ച് അവളെ മിസ് ചെയ്തു എന്ന് പറയുക മാത്രമാണ് ആഗ്രഹിച്ചത്. പക്ഷേ നിർഭാഗ്യവശാൽ അവനതിന് കഴിയില്ല.

എന്തായാലും, ഞാൻ മുന്നോട്ട് പോയി ഒരു ഹസ്തദാനത്തിനായി എന്റെ കൈ നീട്ടി, അതിന് അവൾ നാണത്തോടെ പ്രതികരിച്ചു.

"അയ്യോ! ഇവിടെ എന്താണ് സംഭവിക്കുന്നത്?! ഒരു കത്തി കൊണ്ട് എനിക്ക് ഇവിടുത്തെ ടെൻഷൻ ഏതാണ്ട് കുറയ്ക്കാൻ കഴിയും... ഈ പ്രവൃത്തി നിങ്ങൾ രണ്ടുപേരും നിർത്തൂ...

നിങ്ങൾ ഉറ്റ ചങ്ങാതിമാരായതിനാൽ നിങ്ങൾ പരസ്പരം മിസ് ചെയ്തുവെന്ന് ഞങ്ങൾക്കെല്ലാം അറിയാം. .

അതിനാൽ ഈ അസ്വാഭാവികത അവസാനിപ്പിക്കുക, ഉറ്റസുഹൃത്തുക്കൾ ചെയ്യുന്നതു പോലെ പരസ്പരം കെട്ടിപ്പിടിക്കുക", തമാശയുള്ള അവന്റെ സഹോദരി കളിയായ ചിരിയോടെ പറഞ്ഞു.

ഇപ്പോൾ, അദ്വിത് സഹോദരിയെ കാതലായി സ്നേഹിക്കുന്നു. അവൾ കാവൽ മാലാഖയാണ് .

അദ്വിതും റിക്കയും വിചിത്രമായി പുഞ്ചിരിച്ച് പരസ്പരം ആലിംഗനം ചെയ്യാൻ മുന്നോട്ട് നടന്നു. അവൾ കൈകൾ കൊണ്ട് അവന്റെ തോളിൽ ചുറ്റി അവളുടെ കവിളുകൾ അവന്റെ നെഞ്ചിൽ അമർത്തി ചാഞ്ഞു.

അദ്വിത് വേഗം അവളുടെ അരക്കെട്ടിൽ കൈകൾ ചുറ്റി അവളുടെ തോളിൽ തല ചായ്ച്ച് അവളുടെ ചെവിയിൽ "ഞാൻ നിന്നെ ഒരുപാട് മിസ്സ് ചെയ്തു" എന്ന് മന്ത്രിച്ചു.

അവളുടെ വിറയൽ അവനു അനുഭവപ്പെട്ടു. പക്ഷേ, പിന്നെ അവൾ അവന്റെ നെഞ്ചിലേക്ക് കൂടുതൽ ചാഞ്ഞുകൊണ്ട് പറഞ്ഞു "എനിക്കും നിന്നെ മിസ്സ് ചെയ്തു".

അവർ രണ്ടുപേരും ഒരേ സ്ഥാനത്ത് നിന്നു, അവളെ അവന്റെ കൈകളിൽ സംരക്ഷിച്ചു, വിറ്റ അവളുടെ തൊണ്ട കൊണ്ട് സമ്പാദനം ഉണ്ടാക്കുന്നത് വരെ കുറച്ച് മിനിറ്റ്.

ആ ശബ്ദം അവരെ സ്വർഗത്തിൽ നിന്ന് ഈ ദുഷ്ട ഭൂമിയിലേക്ക് തിരികെ കൊണ്ടുവന്നു.

വിറ്റ കാവൽ മാലാഖയാണെന്ന് ഞാൻ പറഞ്ഞോ ... എങ്കിൽ അത് മറക്കൂ .. നമ്മുടെ നിമിഷം തടസ്സപ്പെടുത്തിയതിന് അവളെ ഞാൻ കൊല്ലാൻ പോകുന്നു .

അദ്വിത് അവളെ വിട്ടയച്ചു, പെട്ടെന്ന് അവനു ഏകാന്തത തോന്നി. റിക്കയുടെ മുഖഭാവത്തിൽ നിന്ന്, അവൾ അവനെയും പോകാൻ അനുവദിക്കുന്നില്ലെന്ന് മനസ്സിലായി.

ഇത് അവന് വലിയ സന്തോഷം നൽകി. തന്നെ പോലെ അവൾക്കും അവനെ ഇഷ്ടമായിരിക്കാം ! ഒരുപക്ഷേ , അവനൊരു അവസരമുണ്ട് .

പിന്നോട്ട് നടന്ന് പോയതിന് ശേഷം, അദ്വിത് വിറ്റയെ രൂക്ഷമായി നോക്കി, അതിനെ കുറിച്ച് വായ് തുറക്കാൻ ധൈര്യപ്പെടരുത്, എന്ന മട്ടിൽ അവൾ പുഞ്ചിരിച്ചു.

അപ്പോഴേക്കും അവന്റെ സുഹൃത്തുക്കൾ മുറിയിലേക്ക് വന്നു, അദ്വിത് അവരെ റിക്കയെ പരിചയപ്പെടുത്തി. അവർക്ക് റിക്കയെ കുറിച്ച് നേരത്തെ തന്നെ അറിയാമായിരുന്നതിനാലും അവന് അവളെ ഇഷ്ടമാണെന്ന് പറഞ്ഞിട്ടുള്ളതിനാലും അവർ അവളോട് ഒരു നീക്കവും നടത്തിയില്ല.

അവർ അവളോട് മര്യാദയുള്ളവരും സഹോദരന്മാരുമായിരുന്നു. ദൈവത്തിന് നന്ദി !

വിറ്റ റിക്കയെ അവളുടെ സുഹൃത്തുക്കൾക്ക് പരിചയപ്പെടുത്തിയ ശേഷം അവളെ അവളുടെ മുറിയിലേക്ക് കൊണ്ടുപോയി. പാർട്ടിക്ക് തയ്യാറെടുക്കാൻ അദ്വിത് മുറിയിൽ തന്നെ നിന്നു.

ഇതൊരു ഔപചാരിക പാർട്ടിയായതിനാൽ, അവൻ നീല ജീൻസും വെള്ള വി നെക്ക് പോളോ ടി-ഷർട്ടും അതിന് മുകളിൽ ഒരു കറുത്ത ബ്ലേസറും ധരിച്ചിരുന്നു.

കറുത്ത നൈക്ക് ഷൂസുമായി വസ്ത്രം യോജിപ്പിച്ച് അവൻ ഇറങ്ങി. അദ്വിത് താഴേക്ക് ഇറങ്ങുമ്പോൾ, റിക്കയും വിറ്റയും ഇറങ്ങുന്നത് കണ്ടു, പിന്നാലെ വിറ്റയുടെ സുഹൃത്തുക്കളും.

കാൽമുട്ടുകൾ വരെ നീളുന്ന ഒരു ചുവന്ന ഓഫ് ഷോൾഡർ വസ്ത്രമാണ് വിറ്റ ധരിച്ചിരുന്നത്. അനിയത്തി പതിവുപോലെ നന്നായി കാണപ്പെട്ടു. എന്നാൽ റിക്കയുടെ കാര്യത്തിൽ അത് മറിച്ചാണ്.

അവളുടെ കറുത്ത ഒറ്റത്തോൾ, കാൽമുട്ട് നീളമുള്ള വസ്ത്രത്തിൽ അവൾ തികച്ചും അതിശയകരമായിരുന്നു.

അവളുടെ മുടി അതിന്റെ സ്വാഭാവിക തിരമാലകളിൽ അവളുടെ തോളിലൂടെ ഒഴുകുന്നു. അവൾ മേക്കപ്പൊന്നും ധരിച്ചിരുന്നില്ല, അത് അവളെ കൂടുതൽ ആകർഷകമാക്കി.

ലളിതമായി, അവൾ മാലാഖയും അതിശയകരവുമായി കാണപ്പെട്ടു. ദൈവമേ ! ഈ രണ്ട് പെൺകുട്ടികളിൽ നിന്ന് ഇപ്പോൾ ആൺകുട്ടികളെ അകറ്റുന്നത് എങ്ങനെയാണ് .

അവർ താഴേക്ക് എത്തിയതിന് ശേഷം, അദ്വിത് റിക്കയുടെ അടുത്തേക്ക് പോയി, "നിങ്ങൾ തികച്ചും അതിശയകരമായി തോന്നുന്നു" എന്ന് പറഞ്ഞു.

അദ്വിത് സുഹൃത്തുക്കളോടൊപ്പം ചേർന്നു, താമസിയാതെ പാർട്ടി സജീവമായി. അവനും റിക്കയും ഇടയ്ക്കിടെ ചില നോട്ടങ്ങൾ പരസ്പരം നോക്കി പുഞ്ചിരിച്ചു.

ഇപ്പോൾ എല്ലാം നന്നായി പോകുന്നു !! അവന്റെ വികാരങ്ങൾ അവളോട് പറഞ്ഞാലുടൻ അവന് ഒരു അവസരം ലഭിക്കും. സന്തോഷം കണ്ടെത്താനുള്ള ഒരു അവസരം ...

തന്റെ സ്നേഹത്തോടൊപ്പം ആയിരിക്കാനുള്ള അവസരം ... എന്നേക്കും ഒരുമിച്ചിരിക്കാനുള്ള അവസരം.

പാർട്ടി അവസാനിച്ചതിന് ശേഷം, ഈ പിച്ച് അവറിൽ യാത്ര ചെയ്യുന്നത് സുരക്ഷിതമല്ലാത്തതിനാൽ രാത്രി അവരോടൊപ്പം തങ്ങാൻ അവന്റെ അമ്മ സുഹൃത്തുക്കളോടും വിറ്റയുടെ സുഹൃത്തുക്കളോടും പറഞ്ഞതിനാൽ എല്ലാവരും അവർക്ക് അനുവദിച്ച മുറികളിൽ താമസമാക്കി.

അവന്റെ കുടുംബം മുഴുവൻ ഉറങ്ങിയ ശേഷം, അവനും സുഹൃത്തുക്കളും അടുക്കളയിൽ ചെറിയ സംഭാഷണം നടത്തുകയായിരുന്നു.

"മനുഷ്യാ.. എന്തിനാ ഒരു പെണ്ണുമൊത്ത് നീ നൃത്തം ചെയ്യാത്തത്, പാർട്ടിക്കിടയിൽ മേക്കൗട്ട് ചെയ്യാത്തത്?!", ആഷിഖ് എന്നോട് ചോദിച്ചു.

"അത് എനിക്ക് വേണ്ടാത്തത് കൊണ്ടാണ്", അദ്വിത് കൂളായി പറഞ്ഞു.

റിക്കയെ വേദനിപ്പിക്കാനോ അവർക്കിടയിലുള്ളതെല്ലാം നശിപ്പിക്കാനോ ഞാൻ ആഗ്രഹിക്കുന്നില്ല എന്നതാണ് സത്യം .

" ഓ, ശരിക്കും?! എനിക്ക് തോന്നുന്നു, നിനക്ക് ഒരു പെണ്ണിനെ കിട്ടാത്തതിനാലും ഒരു പെൺകുട്ടിക്കും നിന്നോട് താൽപ്പര്യമില്ലാത്തതിനാലും....", ഗൗരവ് എന്റെ ഈഗോയെ വേദനിപ്പിച്ചു കൊണ്ട് ഒരു കണ്ണിറുക്കലോടെ പരിഹസിച്ചു കൊണ്ട് പറഞ്ഞു.

"ആഹ്!! സ്വപ്നം കണ്ടു കൊണ്ടിരിക്കുക... നിമിഷങ്ങൾക്കുള്ളിൽ എനിക്ക് ഇഷ്ടമുള്ള ഏത് പെണ്ണിനെയും എനിക്ക് കിട്ടും. അവരെ നോക്കി പുഞ്ചിരിച്ചു, കെട്ടിപ്പിടിച്ചു, ചുംബിച്ചാൽ മതി... അവർ എന്റെ കാൽക്കൽ വീഴും.. ." അദ്വിത് പുച്ഛത്തോടെ പറഞ്ഞു.

"അയ്യോ...പിന്നെന്താ നിനക്ക് റിക്കയോട് നിന്റെ ചാരുത കാണിക്കാൻ പറ്റാത്തത്?! എല്ലാം കഴിഞ്ഞിട്ടും നിനക്ക് അവളോട് വല്ലാത്ത പ്രണയം ആണ്... സത്യം നിഷേധിക്കും മുന്നേ ഞങ്ങൾ പറയും നിനക്ക് എത്രമാത്രം ഇഷ്ടമാണെന്ന് ഞങ്ങൾക്കറിയാം. അവളുടെ... നിന്റെ ആദ്യ ചുംബനം പോലും ഇതുവരെ കിട്ടിയിട്ടില്ലല്ലോ...", ആഷിഖ് വീണ്ടും ഗൗരവത്തോടെ പറഞ്ഞു.

"ഞങ്ങൾക്കിടയിൽ തിരക്കിട്ട് ഒന്നും വേണ്ട... അതു കൊണ്ടാണ് ഞാൻ ഒരു പെർഫെക്റ്റ് ചാൻസിനായി കാത്തിരിക്കുന്നത്..." , അദ്വിത് അവരോടു പറഞ്ഞു.

" അവൾക്കും നിന്നെ ഇഷ്ടമാണെന്ന് ഞങ്ങൾക്ക് വ്യക്തമായി കാണാം... അതുകൊണ്ട്, വൈകുന്നതിന് മുമ്പ് നീ അവളോട് പറഞ്ഞാൽ നല്ലത്", ഗൗരവ് ന്യായവാദം ചെയ്തു.

ഒരുപക്ഷേ അദ്വിത് അവളോട് പറയണം! അച്ഛനും അമ്മയും അവരുടെ പ്രണയകഥ പലതവണ അവനോട് പറഞ്ഞിട്ടുണ്ട് ... അവർ പരസ്പരം ഉള്ള വികാരത്തെക്കുറിച്ച് അറിഞ്ഞയുടനെ ഇരുവരും പരസ്പരം സംസാരിക്കാത്തതിനാൽ, അവരുടെ സ്നേഹം നഷ്ടപ്പെട്ട് വർഷങ്ങളോളം കാത്തിരുന്നു .

ഇഷ്ടപ്പെട്ട ആളുമായുള്ള അറേഞ്ച്ഡ് മാര്യേജിലേക്ക് തള്ളപ്പെടാനുള്ള ഭാഗ്യം അവർക്കുണ്ടായിരുന്നു ... പക്ഷേ എല്ലാവരും

അത്ര ഭാഗ്യവാന്മാരല്ല ... അതുകൊണ്ട് ഞാനത് അവളോട് ഉറക്കെ പറയുന്നതാണ് നല്ലത് ...

വൈകുന്നതിന് മുമ്പ് ഇപ്പോൾ നല്ലത് ... ഞങ്ങൾ ചരിത്രം ആവർത്തിക്കാൻ ആഗ്രഹിക്കുന്നില്ല.

"ശരി! പക്ഷെ ഞാൻ അവളോട് എങ്ങനെ പറയണം?! അവളോട് അത് പറയാൻ എനിക്ക് ഭയം തോന്നുന്നു! അവൾ എന്നെ നിരസിച്ചാലോ? ", അദ്വിത് ആശങ്കയോടെ അവരോട് ചോദിച്ചു.

"വാക്കുകളേക്കാൾ ഉച്ചത്തിൽ പ്രവൃത്തി സംസാരിക്കുന്നു... പോകൂ അവളെ ചുംബിക്കൂ... നിന്റെ എല്ലാ വികാരങ്ങളും ആ ചുംബനത്തിൽ പകരൂ... അവൾ നിന്നെ സ്വീകരിച്ചാൽ അത് അവളുടെ നേട്ടമാണ്... ഇല്ലെങ്കിൽ അത് അവളുടെ നഷ്ടമാണ്... ", എനിക്ക് ആത്മവിശ്വാസം നൽകി ഗൗരവ് പറഞ്ഞു.

അവന് സംഭരിക്കാൻ കഴിയുന്ന എല്ലാ ആത്മവിശ്വാസത്തോടെയും അദ്വിത് അവളുടെ മുറിയിലേക്ക് പോയി വാതിലിൽ മുട്ടി, ഒരു ദീർഘനിശ്വാസത്തിന് ശേഷം. എന്നേക്കും ഒരുമിച്ചിരിക്കാൻ ഒരു അവസരം ...

അപ്പോൾ വാതിൽ തുറന്നത് അവൾ കരയുന്നത് പോലെ ചുവന്ന തുടുത്ത കണ്ണുകളോടെ വികൃതമായ ഒരു റിക്കയെ വെളിപ്പെടുത്തി. അവനെ കണ്ടപ്പോൾ തന്നെ അവൾ ഞെട്ടി. ആ കാഴ്ച കണ്ട് അവന്റെ ഹൃദയം വേദനിച്ചു.

"നീയെന്താ ഇവിടെ?!", അവൾ ശാന്തമായി ചോദിച്ചു.

അവന് എന്തോ പന്തികേട് തോന്നി..

സംസാരിക്കാതിരിക്കുന്നതാണ് നല്ലത് ... പോയി അവളെ ചുംബിച്ച് അവളെ ആശ്വസിപ്പിക്കുക ... നിങ്ങളുടെ എല്ലാ വികാരങ്ങളും ചുംബനത്തിൽ പകരുക .. നിങ്ങൾക്ക് കഴിയും അത് ചെയ്യൂ അദ്വിത് ... പോകൂ .. ചെയ്യൂ ..

ഞങ്ങൾക്കിടയിലുള്ള അകലം ഞാൻ അടച്ച് അവളുടെ ചുണ്ടിൽ എന്റെ ചുണ്ടുകൾ അമർത്തി. അവളുടെ ചുണ്ടുകൾ വളരെ മൃദുവാണ്... അവൾ ആദ്യം അന്ധാളിച്ചു പോയി... പക്ഷേ, പിന്നെ അവൾ എന്നെ തള്ളിമാറ്റി ആഞ്ഞടിച്ചു. അവളുടെ കണ്ണുനീർ സ്വതന്ത്രമായി ഒഴുകി.

"നിനക്കെങ്ങനെ ധൈര്യമുണ്ട്?! നീ ആരാണെന്നാണ് നീ കരുതുന്നത്?! ആ പെൺ കുട്ടികളെപ്പോലെ ഞാനും നിന്റെ ഇഷ്ടത്തിനനുസരിച്ച് വളയുമെന്ന് നീ കരുതുന്നുണ്ടോ? ഞാനൊരിക്കലും വരില്ല. നീ തന്നെക്കുറിച്ച് മാത്രം ചിന്തിക്കുന്ന സ്വാർത്ഥനല്ലാതെ മറ്റൊന്നുമല്ല... ഒരിക്കലും എന്റെ മുഖത്തേക്ക് നോക്കരുത്... ", അവൾ കണ്ണുനീർ ഒഴുക്കി ആക്രോശിച്ചു.

അദ്വിത് ഞെട്ടി അവിടെ നിന്നു. എന്താണ് ഇപ്പോൾ സംഭവിച്ചത്?! നിന്നെപ്പോലെയുള്ള ഒരാളുടെ മുന്നിൽ ഞാൻ ഒരിക്കലും വീഴില്ല .. നീ തന്നെക്കുറിച്ച് മാത്രം ചിന്തിക്കുന്ന സ്വാർത്ഥനല്ലാതെ മറ്റൊന്നുമല്ല... ഒരിക്കലും എന്റെ മുഖത്തേക്ക് നോക്കരുത്.. അവളുടെ വാക്കുകൾ വീണ്ടും ആവർത്തിച്ചു കൊണ്ടിരുന്നു. അവന്റെ ഹൃദയം ചുരുങ്ങി. നരകം പോലെ വേദനിക്കുന്നു. കണ്ണുനീർ അവന്റെ കവിളിലൂടെ ഒഴുകി.

അദ്വിത് വേഗം കിടപ്പുമുറിയിലേക്ക് പോയി, അവന്റെ ആത്മാവ് നിലവിളിച്ചു. ഇത് രണ്ടാം തവണയാണ് അവൻ കരയുന്നത്. ഇത്തവണയും അതേ പെൺകുട്ടി കാരണമാണ്. അദ്വിത് രാത്രി മുഴുവൻ കരഞ്ഞു, പിന്നെ ഉറങ്ങാൻ കിടന്നു.

പിറ്റേന്ന് രാവിലെ ഉണർന്നപ്പോൾ റിക്ക എന്തോ അത്യാവശ്യത്തിന് പോയി എന്ന വാർത്തയാണ് അവനെ വരവേറ്റത്. പക്ഷേ, സത്യം അവനറിയാം . അവൾ ഇന്നലെ പറഞ്ഞ ഓരോ വാക്കുകളും ശരിക്കും അർത്ഥമാക്കുന്നു. ഒരിക്കലും എന്റെ മുഖത്തേക്ക് നോക്കരുത്..

അവൾക്ക് എന്നിൽ താൽപ്പര്യമില്ലെങ്കിൽ, പിന്നെ എന്തിനാണ് അവൾ ആ ആലിംഗനത്തിലും ആ പുഞ്ചിരിയിലും എന്നെ നയിച്ചത്?! അവസാനം തകർന്നത് അവളല്ല, ഞാനാണ്...

പ്രണയം നഷ്ടപ്പെട്ടത് എനിക്കാണ്... തകർന്നത് ഞാനാണ്. ഇനിയൊരിക്കലും ഞാൻ ആരെയും സ്നേഹിക്കില്ല എന്ന് ഇന്ന് സ്വയം വാക്ക് തരിക... ഇനി ഈ വേദനയിലൂടെ കടന്നു പോകാൻ ഞാൻ ആഗ്രഹിക്കുന്നില്ല.

ഫ്ലാഷ്ബാക്കിന്റെ അവസാനം

6 വർഷം പിന്നിട്ടിട്ടും ആ ദിവസം ഇന്നലെ നടന്നത് പോലെ ഇന്നും അവൻ ഓർക്കുന്നു. ഒരിക്കലും പ്രണയിക്കില്ലെന്ന് അവൻ സ്വയം വാഗ്ദാനം ചെയ്ത ദിവസമാണ്, ആ വാക്ക് ഇന്നും പാലിക്കുന്നു.

ഈ വർഷങ്ങളിലെല്ലാം, അദ്വിത് ഒരുപാട് ഡേറ്റ് ചെയ്തു, അവരിൽ ഭൂരിഭാഗവും വേശ്യകളായിരുന്നു. പക്ഷേ അവരെ ചുംബിക്കാൻ തുടങ്ങുമ്പോഴെല്ലാം റിക്കയുമായുള്ള ആദ്യ ചുംബനം ഓർക്കാതിരിക്കാൻ കഴിയില്ല.

കുറച്ച് നിമിഷങ്ങൾ മാത്രം ചുണ്ടുകൾ അമർത്തിയാൽ പോലും, അത് എത്ര അത്ഭുതകരവും പൂർണ്ണവുമായ അനുഭവമാണെന്ന് മനസ്സിൽ നിന്ന് മായ്ക്കാൻ കഴിയില്ല.

മറ്റുള്ളവരെ ചുംബിക്കുമ്പോഴെല്ലാം റിക്കയെ ചതിക്കാൻ അവന് തോന്നുന്നു. അതിനാൽ, കുറ്റബോധം കൂടുതൽ മുന്നോട്ട് പോകുന്നതിൽ നിന്ന് അവനെ തടയുന്നു.

മണ്ടൻ ചിന്തകൾക്ക് അവൻ തന്നെത്തന്നെ ശകാരിച്ചാലും, സ്വയം സഹായിക്കാൻ കഴിയില്ല.

സ്വന്തം വികാരങ്ങൾ കുഴിച്ചു മൂടാനും തന്റെ ജീവിതം തുടരാനും അവൻ കഠിനമായി ശ്രമിച്ചു. എന്നാൽ അത് പറയുന്നത് പോലെ എളുപ്പമായിരുന്നില്ല. പക്ഷേ, ഇവയിൽ നിന്നെല്ലാം ശ്രദ്ധ തിരിച്ചുവിട്ട് തന്റെ ശ്രദ്ധ മുഴുവൻ ജോലിയിൽ വച്ചു.

ഇന്ന്, 24-ാം വയസ്സിൽ, അദ്വിത് ലോകത്തിലെ ഏറ്റവും ധനികനായ സിഇഒമാരിൽ ഒരാളും ലോകമെമ്പാടുമുള്ള യോഗ്യരായ 3 മികച്ച ബാച്ചിലർമാരിൽ ഒരാളുമാണ്.

ഇന്ന്, അദ്വിത് മാതാപിതാക്കളെ കാണാൻ വന്നപ്പോൾ, അച്ഛൻ ഒരു ബോംബ് എറിഞ്ഞു. റിക്കയെ അദ്വിത് ചിറകിന് കീഴിലാക്കി അവളുടെ ബിസിനസ്സ് പഠിപ്പിക്കണമെന്ന് അദ്ദേഹം ആഗ്രഹിക്കുന്നു.

കാരണം അവൾ അവളുടെ പിതാവിന്റെ കമ്പനി ഉടൻ ഏറ്റെടുക്കും. രക്ഷത്തിന് ബിസിനസിൽ താൽപ്പര്യമില്ല. അയാള് ഒരു ഡോക്ടർ ആണ്.

അതിനാൽ, നിലവിൽ ബിസിനസ് അഡ്മിനിസ്ട്രേഷനിൽ ബിരുദാനന്തര ബിരുദം നേടിയ റിക്കയ്ക്ക് കമ്പനി കൈമാറി.

അദ്വിത് അവളെ പരിശീലിപ്പിക്കണമെന്ന് അച്ഛനും വരുൺ അമ്മാവനും ആഗ്രഹിക്കുന്നു, തന്റെ കാരണങ്ങളുള്ളതിനാൽ അദ്വിത് ആഗ്രഹിക്കുന്നില്ല.

പക്ഷേ അവർക്കിടയിൽ എന്താണ് സംഭവിക്കുന്നതെന്ന് അച്ഛന് അറിയാത്തതിനാൽ, റിക്കയെ പരിശീലിപ്പിക്കാൻ അദ്വിത്

നിർബന്ധിതനായി.

നിന്നെപ്പോലെയുള്ള ഒരാളുടെ മുന്നിൽ ഞാൻ ഒരിക്കലും വീഴില്ല.. നീ സ്വാർത്ഥനല്ലാതെ മറ്റൊന്നുമല്ല, ഒരിക്കലും എന്റെ മുഖത്തേക്ക് നോക്കരുത്.

അദ്വിത് ഒരിക്കലും മറക്കാത്ത അവളുടെ വാക്കുകൾ അവന്റെ തലയിൽ ആവർത്തിച്ച് കളിച്ചു. സൈൻ ചെയ്തു കൊണ്ട് അദ്വിത് മുടിയിഴകളിലൂടെ കൈകൾ ഓടിച്ചു കട്ടിലിന്റെ അരികിൽ ഇരുന്നു, അവന്റെ കൈകളിൽ മുഖം ചേർത്തു.

ഇനിയൊരിക്കലും എന്നെ വേദനിപ്പിക്കാൻ ഞാൻ അവളെ അനുവദിക്കില്ലെന്നും എന്റെ ജീവിതത്തിൽ ഒരിക്കൽ കൂടി അവളെ അനുവദിക്കില്ലെന്നും അദ്വിത് സ്വയം ഉറപ്പ് നൽകുന്നു.

"റിക്കാ മോളെ! നീ ഒടുവിൽ വീട്ടിലെത്തിയതിൽ എനിക്ക് വളരെ സന്തോഷമുണ്ട്...",

അദ്വിത് സ്വീകരണമുറിയിൽ പ്രവേശിച്ചയുടനെ അമ്മ പിയ അവളെ കെട്ടിപ്പിടിച്ചു പറഞ്ഞു.

"എനിക്കും വീട്ടിൽ വന്നതിൽ സന്തോഷമുണ്ട് അമ്മേ... കഴിഞ്ഞ രണ്ട് വർഷം വളരെ ക്ഷീണിതമായിരുന്നു..", അതിശയോക്തി കലർന്ന ഭാവത്തിൽ അവൾ നെടുവീർപ്പിട്ടു.

"അയ്യോ മോളെ ... നിന്റെ എല്ലാ അതിശയോക്തികളും എനിക്ക് നഷ്ടമായി!", അമ്മ ചിരിച്ചുകൊണ്ട് പറഞ്ഞു.

"അമ്മേ.. ദൈവത്തിന് നന്ദി! എനിക്ക് നിങ്ങളോടൊപ്പം ഇവിടെ കൂടുതൽ സമയം ചിലവഴിക്കാം...", അവൾ ആവേശത്തോടെ പറഞ്ഞു.

"അതെ.. നമുക്കൊരുമിച്ചുള്ള ചെറിയ സമയം ചിലവഴിക്കാം.. എന്തായാലും ഇനി ഒരാഴ്ചയേ ബാക്കിയുള്ളൂ...", കണ്ണുകളിൽ തിളക്കത്തോടെ അമ്മ സന്തോഷത്തോടെ പറഞ്ഞു.

"എന്താ?! ഒരാഴ്ച ബാക്കി എന്നതു കൊണ്ട് നീ എന്താണ് ഉദ്ദേശിക്കുന്നത്?! നീയും അച്ഛനും അടുത്ത ആഴ്ച മറ്റൊരു അവധിക്ക് പോകുകയാണോ?! ", അദ്വിത് അവളോട് അന്വേഷിച്ചു.

അവന്റെ അമ്മയും അച്ഛനും തികച്ചും റൊമാന്റിക് ആണ്. അവർ പരസ്പരം കാതലായി സ്നേഹിക്കുന്നു. അതിനാൽ, അവരുടെ 3

മാസത്തിലൊരിക്കൽ അവധിക്കാലം അവനെയോ ജ്യേഷ്ഠൻ രക്ഷതിനെയോ അത്ഭുതപ്പെടുത്തുന്നില്ല.

'അതെ, ഞങ്ങൾ ഫ്രാൻസിലേക്കോ ഹവായിലേക്കോ പോകും' എന്ന വളരെ ലളിതമായ ഒരു ഉത്തരം ഞാൻ പ്രതീക്ഷിച്ചു.

"ഇല്ല മോളെ .. കമ്പനി ഏറ്റെടുക്കുന്നതിന് മുമ്പ് കുറച്ച് മാസങ്ങൾ അദ്വിതി ന്റെ കീഴിൽ നീ പരിശീലനം നേടുകയാണ്... ദ്വീ നിന്നെ പരിശീലിപ്പിക്കുമെന്ന് രാഹുൽ വാക്ക് നൽകിയപ്പോൾ നിന്റെ അച്ഛൻ ആഹ്ലാദത്തിലായിരുന്നു... നീ അടുത്തയാഴ്ച പുറപ്പെടണം , അവന്റെ കീഴിൽ പരിശീലിക്കാൻ ചെന്നൈയിലേക്ക് പോകണം....", അമ്മ മറുപടി പറഞ്ഞു.

"അമ്മേ, ഞാൻ കമ്പനി ഏറ്റെടുക്കുന്നതിന് മുമ്പ് പരിശീലനം പ്രധാനമാണെന്ന് എനിക്ക് മനസ്സിലായി ... പക്ഷേ ഞാൻ എന്തിന് അവന്റെ കീഴിൽ പരിശീലനം നടത്തണം ?! എന്തുകൊണ്ട് രാഹുൽ അമ്മാവനോ പപ്പക്കോ എന്നെ പരിശീലിപ്പിക്കാൻ കഴിയില്ല?! അതായത്, എനിക്ക് സ്വന്തമായി പരിശീലനത്തിന് പൊയ്ക്കൂടേ. കമ്പനി... ഞാൻ ഏറ്റെടുക്കുമ്പോൾ അത് കൂടുതൽ എളുപ്പമാകും...", ഈ അവസ്ഥയിൽ നിന്ന് കരകയറാനുള്ള ആഗ്രഹത്തോടെ റിക്ക ന്യായവാദം ചെയ്യാൻ ശ്രമിച്ചു.

"അച്ഛൻ ബിസിനസ്സ് ടൂറിലുള്ളതിനാൽ ഞങ്ങളുടെ കമ്പനിയിൽ നിങ്ങളെ സ്വയം പരിശീലിപ്പിക്കാൻ കഴിയില്ല ... അത് നിങ്ങളെ മറ്റാരെയെങ്കിലും ഏൽപ്പിക്കാനുള്ള അവസരം നൽകുന്നു, അതിൽ അദ്ദേഹം തൃപ്തനല്ല ... അതിനാൽ അദ്ദേഹം അ ദ്വികിനോട് ചോദിച്ചു. നിങ്ങൾ രണ്ടുപേരും നല്ല സുഹൃത്തുക്കളാണ്...", അമ്മ കൂളായി പറഞ്ഞു.

റിക്ക മറുപടി പറയും മുൻപേ അമ്മ അവളുടെ കവിളിൽ തലോടി 'പോയി ഫ്രഷാകൂ' എന്ന് പറഞ്ഞ് അടുക്കളയിലേക്ക് പോയി.

അവൾ മുറിയിലേക്ക് നടന്നു, ബാഗുകൾ ഇതിനകം അവിടെ ഉണ്ടായിരുന്നു. അവൾ വാതിൽ പൂട്ടി കട്ടിലിന്റെ അരികിലിരുന്ന് ഈ 6 വർഷത്തിനിടെ ഒരിക്കൽ പോലും പറയാത്ത ആ പേര് പറഞ്ഞു.

"അദ്വിത് "

അവന്റെ പേര് അവളുടെ ചുണ്ടിൽ നിന്ന് ഇറങ്ങിയപ്പോൾ, 3 വർഷമെടുത്ത കണ്ണീരും വേദനയും ഒരിക്കൽ കൂടി അവളിലേക്ക് വഴിമാറി. അവളുടെ ഹൃദയം നരകതുല്യം പോലെ വേദനിച്ചു, 6 വർഷങ്ങൾക്ക് മുമ്പ് നടന്ന കാര്യങ്ങൾ, സ്വയം മറക്കാൻ നിർബന്ധിച്ച കാര്യങ്ങൾ എല്ലാം അവളുടെ മനസ്സിലേക്ക് ഓടിയെത്തി.

" അദ്വിത്",അവൾ വീണ്ടും സ്വയം മന്ത്രിച്ചു.

2

ഞാൻ റിക്ക ശ്രിനികിത്. ഇതെന്റെ കഥയാണ്. ഒരു ചുംബനം തകർത്ത സൗഹൃദത്തിന്റെ വേദനയുടെ നഷ്ടങ്ങളുടെ കഥ.

അദ്വിത്! മനോഹരമായ നീല-പച്ച കണ്ണുകളും ഇരുണ്ട തവിട്ട്-കറുത്ത മുടിയുമുള്ള ഒരു പെർഫെക്റ്റ് പയ്യന് അനുയോജ്യമായ പേര്. അദ്വിതുമായുള്ള എന്റെ ബന്ധം ഞാൻ ജനിച്ച ദിവസം മുതലുള്ളതാണ്.

ഹോസ്പിറ്റലിൽ എന്നെ കാണാൻ വന്നപ്പോൾ അവൻ എന്നോട് പെട്ടന്ന് ചേർന്നു എന്ന് ഞങ്ങളുടെ മാതാപിതാക്കൾ പറഞ്ഞു. ഒരു വയസ്സുള്ള ദ്വി, നവജാതനായ എന്നെ വളരെയധികം സംരക്ഷിച്ചു, ഞങ്ങളുടെ മാതാപിതാക്കളെ അല്ലാതെ മറ്റാരെയും എന്റെ അടുത്തേക്ക് വരാൻ പോലും അവൻ അനുവദിച്ചില്ല.

വർഷങ്ങൾ കടന്നുപോകുന്തോറും ദ്വി കൂടുതൽ സംരക്ഷകനായി, യാന്ത്രികമായി അവൻ എന്റെ എല്ലാം ആയിരുന്നു. എന്റെ രക്ഷകൻ, എന്റെ ഉറ്റ സുഹൃത്ത്, എന്റെ സംരക്ഷകൻ, 5 വയസ്സുള്ള എനിക്ക് എന്റെ എല്ലാം.

എല്ലാത്തിനും ഞാൻ എപ്പോഴും അവന്റെ അടുത്തേക്ക് പോയി, അവൻ എനിക്ക് ലോകമായിരുന്നു, എനിക്ക് അവനോട് വിവരണാതീതമായ അടുപ്പമുണ്ടായിരുന്നു. എന്നാൽ ഈ അറ്റാച്ച്മെന്റിനെയാണ് 'സ്നേഹം' എന്ന് വിളിക്കുന്നതെന്ന് ഒരു കൊച്ചു പെൺകുട്ടിക്ക് എങ്ങനെ അറിയാനാകും?

എന്നാൽ വർഷങ്ങൾ കഴിഞ്ഞപ്പോൾ ദ്വി എന്നിൽ നിന്ന് അകന്നു തുടങ്ങി. ഞങ്ങൾ കൂട്ടം കൂടുന്നത് നിർത്തി. പക്ഷേ അവനോടുള്ള എന്റെ വികാരങ്ങൾ അതേപടി തുടർന്നു.

ആ സമയങ്ങളിൽ ഞാനും വിറ്റയും കൂടുതൽ അടുത്തു. എനിക്ക് 10 വയസ്സുള്ളപ്പോൾ, അച്ഛന്റെ ജോലി കാരണം ഞങ്ങൾക്ക് ഡൽഹിയിലേക്ക് മാറേണ്ടി വന്നു. പക്ഷെ ദ്വിയെയും വിറ്റയെയും വിടാൻ ഞാൻ ആഗ്രഹിച്ചില്ല. അതുകൊണ്ട് പോകാൻ വിസമ്മതിച്ച് ഞാൻ ഒരുപാട് കരഞ്ഞു. പക്ഷേ, എന്നെ ഇങ്ങോട്ട് വരാൻ അനുവദിക്കുമെന്ന് എന്റെ മാതാപിതാക്കൾ എനിക്ക് വാക്ക് തന്നു.

അന്ന് എനിക്ക് 17 വയസ്സായിരുന്നു. ദ്വിയെക്കുറിച്ചുള്ള എന്റെ വികാരങ്ങളെക്കുറിച്ച് എനിക്ക് ആശയക്കുഴപ്പമില്ല. ഈ വികാരങ്ങൾക്ക് ഞാൻ പേര് കണ്ടെത്തി... ലൗ, ഇത്രയും വർഷങ്ങൾക്ക് ശേഷവും, ദ്വിയെ ഞാൻ ഇപ്പോഴും വളരെയധികം സ്നേഹിക്കുന്നു, അവനില്ലാത്ത എന്റെ ജീവിതം ചിത്രീകരിക്കുന്നത് വേദനിപ്പിക്കുന്നു.

കടന്നുപോയ വർഷങ്ങളെല്ലാം ദ്വി സ്വപ്നങ്ങളാൽ നിറഞ്ഞിരുന്നു. ദ്വിയുടെയും കുടുംബത്തിന്റെയും കൂടെ എന്റെ ശൈത്യകാല അവധിക്കാലം ചെലവഴിക്കാൻ പോകുന്നുവെന്ന് അമ്മ പറഞ്ഞപ്പോൾ, ദ്വി എങ്ങനെയായിരിക്കും, ഞങ്ങൾ പരസ്പരം കാണുമ്പോൾ ദ്വി എങ്ങനെ പ്രതികരിക്കും, അങ്ങനെ പലതും ഞാൻ ചിത്രീകരിച്ചു. ഞാൻ ആഹ്ലാദഭരിതയായി.

എങ്കിലും മനസ്സിൽ ഒരു ചിന്ത അലയടിച്ചു കൊണ്ടിരുന്നു. ദ്വി മറ്റൊരാളോട് പ്രതിബദ്ധത കാണിച്ചാലോ ? എല്ലാത്തിനുമുപരി , അവൻ വളരെ സുന്ദരനാണ് ...

എങ്കിലും ഞാൻ അക്കാര്യം എന്നെത്തന്നെ ബോധ്യപ്പെടുത്താൻ ശ്രമിച്ചു. ഇത്തവണ ഞാൻ അവനെ വെറുതെ വിടില്ല. അങ്ങനെ, ഞാൻ വേഗം എന്റെ വസ്ത്രങ്ങൾ പാക്ക് ചെയ്തു.

ഞാൻ അറിയുന്നതിന് മുമ്പ്, ഞാൻ രാഹുൽ അങ്കിളിന്റെ വീട്ടിൽ ആയിരുന്നു, സാൻവി അമ്മായി എന്നെ കണ്ടതിൽ വളരെ സന്തോഷിച്ചു. അവർ എന്റെ ദൈവ മാതാപിതാക്കളാണെന്ന് ഞാൻ പറഞ്ഞില്ലേ.

അവർ എന്നെ സ്വന്തം കുഞ്ഞിനെപ്പോലെ സ്നേഹിക്കുന്നു. അമ്മാവൻ പോയ ഉടനെ ഒരു വിളി തടസ്സപ്പെടുത്തി, ആന്റി മക്കളെ വിളിച്ചു.

ഫ്ലാഷ്ബാക്ക് :

" ദ്വിയും വിറ്റയും, ഇങ്ങോട്ട് വാ... ആരോ നിങ്ങളെ കാണാൻ വന്നതാ", അമ്മായി ഉത്സാഹത്തോടെ വിളിച്ചു.

"അമ്മേ വരുന്നു!", വിറ്റയും ദ്വിയും ദേഷ്യത്തോടെ പറഞ്ഞു. താമസിയാതെ, ഞങ്ങളെ സമീപിക്കാൻ പടികൾ ഇറങ്ങുന്ന ഒരു ആൺകുട്ടിയെയും പെൺകുട്ടിയെയും കണ്ടുമുട്ടി.

വഴിയെ നയിക്കുന്ന എന്റെ ഉറ്റ സുഹൃത്തായ വിറ്റയെ ഞാൻ ആദ്യം നിരീക്ഷിച്ചു. അവൾ സുന്ദരിയാണ്. തവിട്ട്-കറുത്ത മുടിയും നീലക്കണ്ണുകളുമുള്ള അവൾ ഒരു ദേവതയെപ്പോലെ കാണപ്പെട്ടു.

എന്റെ സാധാരണ സ്വഭാവത്തെക്കുറിച്ച് എനിക്ക് പെട്ടെന്ന് തന്നെ ബോധമുണ്ടായി. ഞാൻ സുന്ദരിയല്ല എന്നല്ല. എനിക്ക് കാണാൻ നല്ല ഭംഗിയുണ്ടെങ്കിലും വിറ്റയെപ്പോലെ ആ കാന്തിക രൂപം എനിക്കില്ല.

അടുത്തതായി എന്റെ കണ്ണുകൾ യാന്ത്രികമായി ദ്വിയിലേക്ക് തിരിഞ്ഞു. അവനെ കണ്ടപ്പോൾ തന്നെ എന്റെ ശ്വാസം മുട്ടി. അവൻ ഒരു പൂർണ്ണതയാണ്. അവന്റെ ഘടനാപരമായ താടിയെല്ല്, കോണാകൃതിയിലുള്ള മൂക്ക്, ഫിറ്റ് ബോഡി, ഡിമ്പിൾ താടി, അലങ്കോലമായ മുടി തുടങ്ങി മറ്റെല്ലാ കാര്യങ്ങളും പൂർണ്ണത വിളിച്ചോതുന്നു.

അവൻ വളരെ സുന്ദരനും സെക്സിയും ആകർഷകമായ ആൺകുട്ടിയും ആയി കാണപ്പെട്ടു. ഈ വർഷങ്ങളിലെല്ലാം ഞാൻ സങ്കൽപ്പിച്ചതിലും വളരെ സുന്ദരനാണ് അവൻ.

ഈ പൂർണ്ണതയ്ക്ക് മുന്നിൽ എന്റെ ഭാവനയ്ക്ക് യാതൊരു പ്രയോജനവുമില്ല. പക്ഷേ അവന്റെ കണ്ണുകളുടെ നിറം ആ നീല-പച്ചയിൽ നിന്ന് ഇളം നീല നിറത്തിലേക്ക് മാറുന്നത് ഞാൻ കണ്ടു. അത് എങ്ങനെ സാധിക്കും?! വിറ്റയുടെ ശബ്ദം എന്റെ ചിന്തകളെ തടസ്സപ്പെടുത്തി.

വിറ്റ എന്നെ എന്റെ മുറിയിലേക്ക് കൊണ്ടുപോയപ്പോൾ, അവളോ ദ്വിയോ ബന്ധത്തിലാണോ എന്ന് ഞാൻ അവളോട് ചോദിച്ചു.

അവളുടെ മറുപടി എന്നെ ഞെട്ടിച്ചു. ദ്വിക്ക് ഒരു കാമുകിയുണ്ട് എന്ന് കരുതുന്നുവെങ്കിൽ, നീ തീർത്തും തെറ്റിദ്ധരിക്കപ്പെടുന്നു. ദ്വി ഇതുവരെ നിന്റെ സ്ഥാനം ആർക്കും വിട്ടുകൊടുത്തിട്ടില്ല..." എന്നായിരുന്നു അവളുടെ മറുപടി.

ഒരു കണ്ണിറുക്കലോടെ അവൾ പോയി.

എന്റെ സ്ഥാനം ആർക്കും കൊടുത്തിട്ടില്ലേ ?അതിന്റെ അർത്ഥം എന്താണ് ? ഉറ്റ ചങ്ങാതിയായി?

പാർട്ടി കഴിഞ്ഞപ്പോൾ എല്ലാവർക്കും കിടക്കാൻ മുറികൾ നൽകി. ഞാൻ ഉറങ്ങാൻ ശ്രമിച്ചു, പക്ഷേ എനിക്ക് കഴിയുന്നില്ല. എന്റെ ഞരമ്പുകളെ തണുപ്പിക്കാൻ ഒരു ഗ്ലാസ് വെള്ളം കുടിക്കാൻ ഞാൻ തീരുമാനിച്ചു. അടുക്കളയുടെ അടുത്ത് ചെന്നപ്പോൾ ദ്വിയുടെ കൂട്ടുകാരിലൊരാളായ ആഷിഖിന്റെതാണെന്ന് തിരിച്ചറിഞ്ഞ ശബ്ദം കേട്ടു.

"മനുഷ്യാ.. എന്തിനാ ഒരു പെണ്ണുമൊത്ത് നൃത്തം ചെയ്യാത്തത്, പാർട്ടിക്കിടയിൽ മേക്കൗട്ട് ചെയ്യാത്തത്?!",

"അത് എനിക്ക് വേണ്ടാത്തത് കൊണ്ടാണ്", ദ്വിയുടെ ശബ്ദം കൂളായി മറുപടി പറയുന്നത് ഞാൻ കേട്ടു.

എന്തു കൊണ്ടാണ് അവൻ നൃത്തം ചെയ്യാൻ ആഗ്രഹിക്കാത്തത് ?! ഒരു പാർട്ടിയിൽ പങ്കെടുക്കുക എന്നതുകൊണ്ട് അവൻ എന്താണ് ഉദ്ദേശിക്കുന്നത് ?!

" ഓ, ശരിക്കും?! എനിക്ക് തോന്നുന്നു, നിനക്ക് ഒരു പെണ്ണിനെ കിട്ടാത്തതിനാലും ഒരു പെൺകുട്ടിക്കും നിന്നോട് താൽപ്പര്യമില്ലാത്തതിനാലും...", മറ്റൊരാൾ പരിഹസിക്കുന്ന സ്വരത്തിൽ പറഞ്ഞു.

"അയ്യോ!! നിമിഷങ്ങൾക്കുള്ളിൽ എനിക്ക് ഇഷ്ടമുള്ള ഏത് പെണ്ണിനെയും എനിക്ക് കിട്ടും. അവരെ നോക്കി പുഞ്ചിരിച്ചു, കെട്ടിപ്പിടിച്ചു, ചുംബിച്ചാൽ മതി... അവർ എന്റെ കാൽക്കൽ വീഴും.. .", അവൻ കുസൃതിയോടെ പറഞ്ഞു.

എന്റെ ഹൃദയം തകർന്നിട്ടില്ലെന്ന് ഞാൻ നിങ്ങളോട് പറഞ്ഞാൽ, അത് വളരെ വലിയ നുണയാണ്. എന്റെ ഹൃദയം കഷണങ്ങളായി തകർന്നു, അവിടെ ആരോ എന്നെ കുത്തിയതു പോലെ എന്റെ ഹൃദയത്തിൽ ഒരു വിറയൽ അനുഭവപ്പെട്ടു. എന്റെ കവിളുകളെ നനച്ചു കൊണ്ട് കണ്ണുനീർ ഒഴുകാൻ തുടങ്ങി. എനിക്ക് അവിടെ നിൽക്കാനും അവരുടെ സംഭാഷണത്തിന്റെ ബാക്കി കേൾക്കാനും കഴിയില്ല. അങ്ങനെ ഞാൻ വേഗം എന്റെ മുറിയിലേക്ക് പോയി.

ഞാൻ കട്ടിലിൽ ഇരുന്നു കരഞ്ഞു. പക്ഷേ, എന്റെ മനസ്സിന്റെ കോണിൽ, ഞാൻ പ്രതികരിക്കുകയാണെന്ന് എനിക്കറിയാം. ഒരു കളിയായിട്ടാവാം അദ്ദേഹം അത് പറഞ്ഞത്. പക്ഷെ എനിക്ക് ശരിക്കും വേദനിക്കാതിരിക്കാൻ കഴിയുന്നില്ല.

നിമിഷങ്ങൾക്കുള്ളിൽ ഞാൻ ആഗ്രഹിക്കുന്ന ഏത് പെൺകുട്ടിയെയും എനിക്ക് ലഭിക്കും. അവരെ നോക്കി പുഞ്ചിരിക്കുക, അവരെ കെട്ടിപ്പിടിക്കുക, ചുംബിക്കുക എന്നിവ മാത്രം മതി... അദിതിന്റെ വാക്കുകൾ എന്നിലേക്ക് തിരിച്ചുവന്നു.

അവൻ എന്നെ നോക്കി പുഞ്ചിരിച്ചു, എന്നെ കെട്ടിപ്പിടിച്ചു! ഇതിനർത്ഥം ഞാൻ അവനെ എളുപ്പത്തിൽ ലക്ഷ്യം വച്ച ആളാണെന്നാണോ?! ഇല്ല ... ചിന്തിക്കുന്നത് നിർത്തൂ .... നിങ്ങൾ അവന്റെ ബാല്യകാല സുഹൃത്താണ് ... നിങ്ങളുടെ സിദ്ധാന്തം അനുസരിച്ച് അവൻ നിങ്ങളെ ചുംബിക്കണം ... പക്ഷേ അവൻ ചെയ്തില്ല ... അത് അർത്ഥമാക്കുന്നില്ലേ ? !

അവനു ഞാൻ മറ്റൊരു പെണ്ണായാലോ?? അവൻ എന്നെ ഉപയോഗിക്കുകയും പിന്നീട് എന്നെ ഉപേക്ഷിക്കുകയും ചെയ്താലോ?! എല്ലാത്തിനുമുപരി, അവൻ ഒരു കളിക്കാരനാണ്, ഞാൻ അവന്റെ കളിപ്പാട്ടമായിരിക്കും ... ഇല്ല, ഞാൻ മറ്റൊരു പെൺകുട്ടിയോ കളിപ്പാട്ടമോ അല്ല..

ഞാൻ കണ്ണുകൾ തുടച്ചപ്പോൾ തന്നെ മുറിയുടെ വാതിൽ മുട്ടി. ഈ രാത്രിയിൽ ആരായിരിക്കും ഇവിടെ ? മനസ്സിൽ ആശയക്കുഴപ്പത്തോടെ, ഞാൻ വാതിൽ തുറന്നു.

"നീയെന്താ ഇവിടെ?!", ഞാൻ അവനോട് ധൈര്യമായിരിക്കാൻ ശ്രമിച്ചു, പക്ഷേ അത് തണുത്തുറഞ്ഞു.

എന്റെ ഭാവം സ്വീകരിച്ച് എന്റെ സംസാരം കേട്ടയുടനെ അവന്റെ കണ്ണുകൾ ആശങ്ക പ്രകടിപ്പിച്ചു, ഇത് ഞാൻ അദ്ദേഹത്തിന് മറ്റൊരു പെൺകുട്ടിയല്ലെന്ന് ഉറപ്പിക്കുകയും ചെയ്തു.

അവൻ ഞങ്ങൾക്കിടയിലെ അകലം അടച്ച് എന്റെ ചുണ്ടിൽ അമർത്തി. അതിശയകരമായ അനുഭവം എനിക്ക് നിഷേധിക്കാനാവില്ല. അതെന്നെ ഒരു നിമിഷത്തേക്ക് എല്ലാം മറക്കാൻ പ്രേരിപ്പിച്ചു.

എന്നാൽ താമസിയാതെ, അവൻ പറഞ്ഞതെല്ലാം എന്നിലേക്ക് മടങ്ങിയെത്തി. അവരെ നോക്കി പുഞ്ചിരിക്കുക, കെട്ടിപ്പിടിക്കുക, ചുംബിക്കുക എന്നിവ മാത്രം മതി എനിക്ക്...

മറ്റേതെങ്കിലും അവസരമായിരുന്നെങ്കിൽ, പല നോവലുകളിലേയും പോലെ എന്റെ കാൽമുട്ടുകൾ തളർന്ന് നട്ടെല്ലിലൂടെ വിറയ്ക്കുന്നതായി എനിക്ക് അനുഭവപ്പെടുമായിരുന്നു. എല്ലാത്തിനുമുപരി, ഇത് എന്റെ ആദ്യത്തെ ചുംബനമാണ്. എന്നാൽ ഇവിടെ ഞാൻ ഉപയോഗിക്കപ്പെടുന്നു.

അവൻ ആദ്യം എന്നെ നോക്കി പുഞ്ചിരിച്ചു, എന്നെ കെട്ടിപ്പിടിച്ചു, ഇപ്പോൾ മറ്റ് പല പെൺകുട്ടികളോടും ചെയ്തതുപോലെ എന്നെ ചുംബിക്കുന്നു.

ഞാൻ അവന് മറ്റൊരു കളിപ്പാട്ടം മാത്രമാണ്... പക്ഷേ അവനെ വിജയിപ്പിക്കാൻ ഞാൻ അനുവദിക്കില്ല... എന്റെ ആത്മാഭിമാനം ഒരിക്കലും ഞാൻ താഴ്ത്തുകയില്ല... അതുകൊണ്ട് ചെയ്യേണ്ടത് ഞാൻ ചെയ്തു. ഞാൻ അവനെ തള്ളിമാറ്റി ശക്തമായി അടിച്ചു.

അവന്റെ വേദനയെക്കുറിച്ച് എനിക്ക് ചിന്തിക്കാതിരിക്കാൻ കഴിയില്ല. എന്റെ കണ്ണുനീർ സ്വതന്ത്രമായി ഒഴുകുന്നത് ഞാൻ കണ്ടു.

"നിനക്കെങ്ങനെ ധൈര്യമുണ്ട്?! നീ ആരാണെന്നാണ് നീ കരുതുന്നത്?! ആ പെൺകുട്ടികളെപ്പോലെ ഞാനും നിന്റെ ഇഷ്ടത്തിനനുസരിച്ച് വളയുമെന്ന് നീ കരുതുന്നുണ്ടോ? ഞാനൊരിക്കലും വരില്ല. ഒരിക്കലും എന്റെ മുഖത്തേക്ക് നോക്കരുത്... ", ഞാൻ വാതിൽ അടച്ചു.

വാതിൽ അടച്ചതിനുശേഷം, എന്റെ കാൽമുട്ടുകൾ ഇളകുന്നുണ്ടായിരുന്നു, അത് നിലത്തേക്ക് തെന്നിമാറി, എന്റെ പുറം വാതിലിനോട് അമർത്തി. ഇത് എന്റെ ആദ്യത്തെ ചുംബനമാണ്. അദ്വിക്കുമായുള്ള എന്റെ ആദ്യ ചുംബനം എപ്പോഴും ഞാൻ സ്വപ്നം കണ്ടതാണ്.

പക്ഷേ, ഇത് ഇത്ര ദുരന്തമാകണമെന്ന് ഞാൻ ഒരിക്കലും ആഗ്രഹിച്ചില്ല. അത് ഞങ്ങൾക്കിടയിൽ സ്നേഹവും കരുതലും നിറഞ്ഞതായിരിക്കണമെന്ന് ഞാൻ എപ്പോഴും ആഗ്രഹിച്ചു.

പക്ഷെ എന്റെ ആദ്യത്തെ ചുംബനം ഞാൻ ഒരു കളിപ്പാട്ടമായ ഒരാളോടൊപ്പമാണ്. എനിക്കും വഞ്ചന തോന്നി. സ്നേഹം എപ്പോഴും

വേദനിപ്പിക്കുന്നുവെന്ന് ഇപ്പോൾ എനിക്കറിയാം. എല്ലാവരും സ്നേഹത്തിൽ ഭാഗ്യവാന്മാരല്ല. വളരെ കുറച്ചുപേർ മാത്രമേ വിജയിക്കുന്നുള്ളൂ, ഞാൻ ആ ചുരുക്കം ചിലരിൽ ഇല്ല. അതിനാൽ, ഞാൻ രണ്ട് കാര്യങ്ങൾ സ്വയം വാഗ്ദാനം ചെയ്തു.

1) ഒരാളെ ഒരിക്കലും അമിതമായി സ്നേഹിക്കരുത്
2) ഇനിയൊരിക്കലും അദ്വിതി നെ കാണുകയോ ചിന്തിക്കുകയോ ചെയ്യരുത്.

എന്റെ രണ്ട് വാഗ്ദാനങ്ങളും എന്റെ എല്ലാ വേദനകളിൽ നിന്നും എന്നെ സംരക്ഷിക്കുന്നതാണ്. മുറിവേറ്റത് എന്നെയാണ്. ഞാൻ അവിടെ ഉണ്ടോ ഇല്ലയോ എന്ന് പോലും അവൻ ശ്രദ്ധിക്കില്ല. അവനെ കാണുന്നത് എന്നെ കൂടുതൽ വേദനിപ്പിക്കും, അവനെ കാണാത്തതിനെക്കുറിച്ചുള്ള ചിന്ത എന്നെ നിയന്ത്രിക്കാനാകാതെ കരയിച്ചു. എന്നാൽ ഇതിലും കൂടുതൽ എന്റെ ഹൃദയം തകർക്കാൻ എനിക്ക് കഴിയില്ല. ബാക്കിയുള്ള കഷണങ്ങളും എനിക്ക് സുരക്ഷിതമായി സൂക്ഷിക്കേണ്ടതുണ്ട്.

അതിനാൽ, അടുത്ത ദിവസം, അടിയന്തിര കാരണം പറഞ്ഞ് ഞാൻ വീട്ടിലേക്ക് മടങ്ങി. എന്റെ ഹൃദയം നരകതുല്യമായി വേദനിക്കാതെ കൂടുതൽ അവിടെ നിൽക്കാൻ എനിക്ക് കഴിയില്ല.

ഞാൻ വീട്ടിൽ വന്ന് അവന്റെ പേര് ഇനി പറയില്ലെന്ന് ശപഥം ചെയ്തു. എന്റെ മാതാപിതാക്കൾ അവനെക്കുറിച്ച് സംസാരിക്കുമ്പോൾ പോലും, എന്റെ ആത്മാവ് നിലവിളിക്കുന്നതിനു മുമ്പ് ഞാൻ സൌമ്യമായി സ്ഥലം മാറിപ്പോകും.

ഇനി ആരിലും വീഴില്ല എന്ന എന്റെ വാക്ക് പാലിക്കാൻ വളരെ എളുപ്പമായിരുന്നു, കാരണം എന്റെ മനസ്സും ശരീരവും എപ്പോഴും അവനാൽ നിറഞ്ഞിരുന്നു.

പക്ഷേ, എന്റെ ഏകാഗ്രത തിരിച്ചുവിടാൻ ഞാൻ കഠിനമായി പഠിച്ചു. ഞാൻ മറ്റ് ജോലികളിൽ മുഴുകി.എന്റെ ഹൃദയത്തിന്റെ കോണിൽ ഇപ്പോഴും എനിക്ക് അവനോട് വികാരങ്ങൾ ഉണ്ടെന്ന് എനിക്ക് നിഷേധിക്കാനാവില്ല.

അവനാണ് എന്റെ ആദ്യ പ്രണയം, എന്റെ ആദ്യ ചുംബനം, എന്റെ ആദ്യ എല്ലാം... ഞാൻ അദ്വിത്കിനെ ചിത്രീകരിച്ചത് പോലെ എനിക്ക് മറ്റ് ആൺകുട്ടികളെക്കുറിച്ച് ചിന്തിക്കാൻ കഴിയില്ല. വല്ലാത്ത വിഷമം

തോന്നി. എന്നിട്ടും, ഇപ്പോൾ ഞാൻ എന്റെ വികാരങ്ങളെ നിരാകരിക്കുകയാണ്, എന്റെ ഹൃദയവേദനയും അ ദ്വികും ഞാൻ മറികടന്നുവെന്ന് ഞാൻ തന്നെ വിശ്വസിക്കുമെന്ന് നമുക്ക് പ്രതീക്ഷിക്കാം.

ഇന്ന്, എനിക്ക് 23 വയസ്സായി, ഹാർവാർഡിൽ നിന്ന് ബിരുദധാരി, മാസ്റ്റർ ഓഫ് ബിസിനസ് അഡ്മിനിസ്ട്രേഷനിൽ സ്വർണ്ണ മെഡൽ. രക്ഷത് ഒരു ഡോക്ടറായതിനാലും ബിസിനസിൽ താൽപ്പര്യമില്ലാത്തതിനാലും എനിക്ക് അച്ഛന്റെ കമ്പനി ഏറ്റെടുക്കേണ്ടി വരും. അത് എന്നും എന്റെ സ്വപ്നമായിരുന്നു. ഇത് പ്രതീക്ഷിച്ച് ഞാൻ ഇന്ത്യയിലേക്ക് മടങ്ങി. എന്നാൽ ഒരിക്കലും അദ്വിതിനെ ഞാൻ വീണ്ടും കാണുമെന്ന് പ്രതീക്ഷിച്ചിരുന്നില്ല.

24-ാം വയസ്സിൽ, ലോകത്തിലെ ഏറ്റവും ധനികനായ സിഇഒമാരിൽ ഒരാളും ലോകമെമ്പാടുമുള്ള മികച്ച 3 യോഗ്യതയുള്ള ബാച്ചിലർമാരിൽ ഒരാളുമാണ് അദ്വിക് എന്ന് എനിക്കറിയാം. പക്ഷേ അവന്റെ ചിത്രം നോക്കുന്നത് ഞാൻ വിലക്കുന്നു. അവനെ കാണുമ്പോൾ ഞാൻ തകർന്നു പോകുമെന്ന് എനിക്കറിയാം.

എന്നാൽ ഇപ്പോൾ, എനിക്ക് അവനിൽ നിന്ന് എക്കാലവും ഒളിക്കാൻ കഴിയില്ല. എന്റെ ഭയത്തെ നേരിടണം. പക്ഷേ, ഇത്തവണ ഞാൻ അവന്റെ ചാരുതയിൽ വീഴാൻ പോകുന്നില്ല. അവൻ എന്നെ തകർക്കാൻ പോകുന്നില്ല. 17 വയസ്സുള്ള എന്നെ അപേക്ഷിച്ച് ഞാൻ ഇപ്പോൾ കൂടുതൽ ശക്തയും ധീരയുമാണ്.

എന്റെ ഭയത്തെ നേരിടാനുള്ള സമയമാണിത് ! അദ്വിക് ഋഷിനെ നേരിടാൻ സമയമായി...

ഇന്ന് ഏറ്റവും ഭയാനകമായ ദിവസമാണ്. ഞാൻ ഇതാ, ഡൽഹി എയർപോർട്ടിൽ, ചെന്നൈയിലേക്കുള്ള വിമാനത്തിൽ കയറാൻ കാത്തിരിക്കുകയാണ്. കഴിഞ്ഞ ആഴ്ച ഒരു മങ്ങലായിരുന്നു.

ആ ഭയങ്കരമായ വാർത്ത കേട്ട്, അത് ദഹിപ്പിക്കാൻ ഞാൻ മൂന്ന് ദിവസമെടുത്തു. പിന്നെ, ബാക്കിയുള്ള മൂന്ന് ദിവസം അമ്മ പറഞ്ഞതനുസരിച്ച് 'അനുയോജ്യമായ ഓഫീസ് വസ്ത്രങ്ങൾ' വാങ്ങാൻ ചെലവഴിച്ചു. പിന്നെ, ഞങ്ങൾ ഇന്നലെ ഒരു കുടുംബ അത്താഴം കഴിച്ചു.

ഏതോ വിമാനത്തിലേക്കുള്ള ബോർഡിംഗ് അറിയിപ്പ് എന്റെ ചിന്തകളെ വെട്ടിച്ചുരുക്കി. എന്റെ സഹോദരന് ഞങ്ങളുടെ സ്വകാര്യ ജെറ്റ് വിമാനങ്ങളിൽ ഒന്ന് ഉപയോഗിക്കാനും എന്റെ പിതാവിന് മറ്റൊന്ന് ആവശ്യമുള്ളതുകൊണ്ടും, ഞാൻ വാണിജ്യ വിമാനക്കമ്പനികളിൽ യാത്ര ചെയ്യാൻ വിട്ടു, എന്റെ അമ്മയെ വിഷമിപ്പിച്ചു. അമ്മ ഇപ്പോഴും എന്നെ ഒരു കുട്ടിയായാണ് ചിന്തിക്കുന്നത്.

ഞാൻ ഒരു വാണിജ്യ വിമാനത്തിൽ യാത്ര ചെയ്യുന്നതിനെക്കുറിച്ച് അമ്മ എന്തിനാണ് വിഷമിക്കുന്നതെന്ന് എനിക്ക് മനസ്സിലാകുന്നില്ല.

ജെറ്റ് വന്നയുടനെ, വിവരം അറിയിച്ചുകൊണ്ട് എന്റെ അച്ഛനിൽ നിന്ന് എനിക്ക് ഒരു കോൾ വന്നു. ഞാൻ പ്രൈവറ്റ് റൺവേയിൽ പ്രവേശിച്ചയുടനെ എന്റെ ലഗേജുകൾ കയറ്റി ഞാൻ സീറ്റിൽ ഇരുന്നു.

ടേക്ക് ഓഫ് കഴിഞ്ഞ് ഉടൻ തന്നെ എയർ ഹോസ്റ്റസിന്റെ ഓഫർ വിനയപൂർവ്വം നിരസിച്ച് ഞാൻ ക്യാബിനിലേക്ക് കയറി. കിംഗ് സൈസ് ബെഡും ക്ലോസറ്റും കുളിമുറിയും ഉള്ള ക്യാബിൻ വിശാലമായിരുന്നു. മൂന്നു മണിക്കൂർ ദൈർഘ്യമുള്ള ഫ്ലൈറ്റ് ആയതിനാൽ ഒന്നുറങ്ങാൻ തീരുമാനിച്ചു. കഴിഞ്ഞ ഒരാഴ്ചയായി ഞാൻ ഉറങ്ങിയിട്ടില്ല.

"ഇറങ്ങാൻ സമയമായി", എയർ ഹോസ്റ്റസിന്റെ ശബ്ദം എന്നെ ഉറക്കത്തിൽ നിന്നും ഉണർത്തി.

ലാൻഡിംഗ് കഴിഞ്ഞ് വിമാനത്തിൽ നിന്ന് ഇറങ്ങിയ ഉടൻ ഞാൻ എന്റെ മാതാപിതാക്കളെ വിളിച്ചു, ഞാൻ ഇറങ്ങിയെന്ന് പറഞ്ഞു.

എക്സിറ്റ് ലക്ഷ്യമാക്കി നടക്കാനൊരുങ്ങിയപ്പോൾ ഒരു മെഴ്സിഡസ് ബെൻസ് എന്റെ നേരെ വന്നു നിന്നു. ഞാൻ എന്റെ ട്രാക്കിൽ നിർത്തി, എന്റെ അകമ്പടി ഇറങ്ങുന്നതും കാത്ത് നിന്നു. അത്ഭുതമെന്നു പറയട്ടെ, അത് രാഹുൽ അങ്കിളും സാൻവി ആന്റിയും ആയിരുന്നു.

അമ്മായി ഇറങ്ങിയ ഉടൻ, അവൾ എന്നെ വളരെ ഇറുകിയ ആലിംഗനത്തിലേക്ക് വലിച്ചിഴച്ചു, എന്റെ ശ്വാസം ഏതാണ്ട് നിലച്ചു. എന്നെ വിട്ടതിന് ശേഷം, അമ്മാവൻ എന്റെ മുടിയിൽ തലോടി, എന്റെ പുറകിൽ ഒരു നേരിയ തട്ടും. എന്നെ വീണ്ടും കണ്ടതിന്റെ സന്തോഷവും എന്നെ എത്രമാത്രം മിസ് ചെയ്യുന്നുവെന്നും പറഞ്ഞിട്ട് ഞങ്ങൾ കാറിൽ കയറി.

ഈ രണ്ടുപേരെയും ഞാൻ കാതലായി സ്നേഹിക്കുന്നു. അവർ എന്റെ രണ്ടാമത്തെ മാതാപിതാക്കളെപ്പോലെയാണ്. പക്ഷേ, ചെന്നൈയിലേക്ക് വരുന്നത് തീർച്ചയായും എന്റെ ബക്കറ്റ് ലിസ്റ്റിൽ ഇല്ല, ഞാൻ ആഗ്രഹിച്ച ആളല്ല. ചെന്നൈ ഒരു നല്ല നഗരവും അതിശയിപ്പിക്കുന്ന ആളുകളും ഉണ്ടായിരുന്നിട്ടും...

കർത്താവിന് എന്നോട് കരുണയില്ല. ഇനിയൊരിക്കലും കാണില്ലെന്ന് ഞാൻ സ്വയം വാഗ്ദാനം ചെയ്ത ഒരാളുടെ കീഴിൽ ഇവിടെ വന്ന് ജോലി ചെയ്യാനുള്ള സാഹചര്യം എനിക്കുണ്ടായി.

കുറച്ച് മിനിറ്റുകൾക്കുള്ളിൽ കാർ ഓടിക്കുമ്പോൾ, എനിക്ക് ഭൂതകാലത്തെക്കുറിച്ച് ചിന്തിക്കാതിരിക്കാൻ കഴിയില്ല. ആ നിർഭാഗ്യകരമായ ദിവസം, അവനെ കണ്ടുമുട്ടിയതിൽ ഞാൻ എത്ര സന്തോഷവതിയും ആവേശഭരിതയുമായിരുന്നു; യാത്രയിലുടനീളം എനിക്ക് എങ്ങനെ എന്റെ പുഞ്ചിരി നിർത്താൻ കഴിയില്ല.

എന്നാൽ ഇന്ന്, മീറ്റിംഗിനെ ഞാൻ ഭയപ്പെടുന്നു. അന്നത്തെ ചിന്ത യാന്ത്രികമായി എന്റെ കണ്ണുകളെ ഈറനണിയിച്ചു. ആരും അത് ശ്രദ്ധിക്കും മുമ്പ് ഞാൻ എന്റെ കണ്ണുനീർ മെല്ലെ തുടച്ചു.

ഒടുവിൽ എന്തോ എന്നെ ബാധിച്ചു.

"ആന്റി, നമ്മൾ എവിടേക്കാണ് പോകുന്നത്?!", ഞാൻ ചോദിച്ചു.

അമ്മായി ചെറുതായി ചിരിച്ചു കൊണ്ട് പറഞ്ഞു നമ്മൾ അവരുടെ വീട്ടിലേക്ക് പോവുകയാണ്.

ഓ , ഇല്ല ! എനിക്ക് പറ്റില്ല. ദ്വി ഉണ്ടെങ്കിലോ? ആ ചിന്തയിൽ എന്റെ ഹൃദയത്തിന് വേഗത കൂടി.

"എന്തിനാ അമ്മായി?!", ഞാൻ പരിഭ്രമത്തോടെ ചോദിച്ചു.

"അയ്യോ വിഷ്ണി! നീ അവിടെയാണ് താമസിക്കാൻ പോകുന്നത്... ഞങ്ങൾ നിന്നെ തനിയെ ഒരു സ്ഥലം കണ്ടുപിടിക്കാൻ അനുവദിക്കുമെന്ന് കരുതുന്നുണ്ടോ?!", അമ്മായി മധുരമായി മറുപടി പറഞ്ഞു.

ഇനി ഞാൻ എന്ത് ചെയ്യും ? അദ്വിതി ന്റെ കീഴിൽ ജോലി ചെയ്യുന്നത് ഇതിനകം ഒരു പീഡനമാണ്. എന്നാൽ അവനോടൊപ്പം ഒരേ മേൽക്കൂരയിൽ ജീവിക്കുന്നത് ഭയാനകമായിരിക്കും.

"വേണ്ട അമ്മായി... വിഷമിക്കണ്ട... ഞാൻ വേറെ എവിടെയെങ്കിലും നിൽക്കാം ..." ഞാൻ പരിഭ്രമത്തോടെ പറഞ്ഞു.

"വേണ്ട മോളെ ! അത് ഞങ്ങൾക്ക് എപ്പോഴും ഒരു സന്തോഷമാണ്... മാത്രമല്ല, ഞങ്ങൾ രണ്ടുപേർ മാത്രം ആ മാളികയിൽ താമസിക്കുന്നത് വിരസവും ഏകാന്തതയുമാണ്.", അമ്മായി ന്യായവാദം ചെയ്തു.

മറുപടി പറയും മുൻപേ അവൾ പറഞ്ഞത് എന്നെ വല്ലാതെ സ്പർശിച്ചു. നമ്മൾ രണ്ടുപേർ മാത്രം ?? അതിനർത്ഥം ... ? !

"നിങ്ങൾ രണ്ടുപേർ മാത്രമാണോ?! ഞാൻ ആശയക്കുഴപ്പത്തിൽ ചോദിച്ചു.

അതിന് അമ്മായി ചിരിച്ചുകൊണ്ട് മറുപടി പറഞ്ഞു, " ദ്വി അവന്റെ പെന്റ് ഹൗസിൽ താമസിക്കുന്നു, പലപ്പോഴും സന്ദർശിക്കാറുണ്ട്... വിറ്റ ഇപ്പോൾ പാരീസിലാണ്.. അവളുടെ പുതിയ ഡിസൈനുകൾ ലോഞ്ച് ചെയ്യുന്നു...അമ്മായിയുടെ കുട്ടികളുടെ വിജയത്തിൽ അഭിമാനത്തോടെ അവൾ മറുപടി പറഞ്ഞു.

ഞാൻ പുഞ്ചിരിച്ചു, ശരി എന്ന് പിറുപിറുത്തു.

അതുകൊണ്ട് ഇപ്പോൾ അവരുടെ കൂടെ ജീവിക്കാൻ ഒരു പ്രശ്നവുമില്ല ... ഞാൻ സന്തോഷത്തോടെ ചിരിച്ചു . എന്നാൽ അമ്മായിയുടെ വാചകം വീണ്ടും ഓർത്തപ്പോൾ എന്റെ സന്തോഷത്തിന് ആയുസ്സ് കുറവായിരുന്നു. ദ്വി തന്റെ പെന്റ് ഹൗസിൽ താമസിക്കുന്നു, ഇടയ്ക്കിടെ സന്ദർശിക്കുന്നു... പലപ്പോഴും സന്ദർശിക്കാറുണ്ടോ?!

താമസിയാതെ ഞങ്ങൾ മാളികയിൽ എത്തി. അകത്ത് കടന്ന് നേരെ ഗസ്റ്റ് റൂമിലേക്ക് പോയി.

ഫ്രഷ് അപ്പ് ചെയ്ത് ബ്ലാക്ക് ജെഗ്ഗിംഗും ഗ്രേ ടോപ്പും ഇട്ട് ലിവിംഗ് റൂമിൽ ഇരിക്കുന്ന അമ്മായിയെയും അമ്മാവനെയും കാണാൻ ഞാൻ ഇറങ്ങി. വിഷയം സംസാരിക്കാൻ പറ്റിയ സമയമാണിതെന്ന് തീരുമാനിച്ച് ഞാൻ അവരുടെ മുന്നിലേക്ക് പോയി.

"ആന്റീ... അങ്കിൾ... എനിക്ക് നിങ്ങളോട് ഒരു കാര്യം പറയാനുണ്ട്... പ്ലീസ്", ഞാൻ പരിഭ്രമത്തോടെ ചിരിച്ചു കൊണ്ട് പറഞ്ഞു.

"മോൾക്ക് ഞങ്ങളോട് എന്താണ് പറയാനുള്ളത്?! മുറിയിൽ എന്തെങ്കിലും പ്രശ്നമുണ്ടോ?.. ഞങ്ങൾ പ്രശ്നം എത്രയും വേഗം ശരിയാക്കാം!", രാഹുൽ അമ്മാവൻ ചിരിച്ചുകൊണ്ട് മറുപടി പറഞ്ഞു.

ഞാൻ അവരോട് പറയാൻ പോകുന്ന കാര്യങ്ങളിൽ എനിക്ക് ഏറെക്കുറെ വിഷമം തോന്നി.എന്നാൽ അദ്വിക് സന്ദർശിക്കുക എന്ന ആശയം പലപ്പോഴും എന്റെ തീരുമാനത്തിൽ പിടിച്ചുനിൽക്കാൻ എന്നെ പ്രേരിപ്പിച്ചു.

"ഇല്ല അങ്കിൾ... ഞാൻ ഒരു പെന്റ്ഹൗസിലോ മറ്റെവിടെയെങ്കിലും താമസിക്കണമെന്ന് ആലോചിക്കുകയാണ്.. എനിക്കിവിടെ ഇഷ്ടമല്ല എന്നല്ല... ശരിക്കും ഒറ്റയ്ക്ക് ജീവിക്കാനും സ്വതന്ത്രമായ ജീവിതം അന്വേഷിക്കാനും ഞാൻ ആഗ്രഹിക്കുന്നു. ഒറ്റയ്ക്ക് ജീവിക്കുന്നത് എന്താണെന്ന് എനിക്കറിയണം... പക്ഷെ ഞാൻ ഇവിടെ ഇടയ്ക്കിടെ വരുമെന്ന് ഞാൻ വാക്ക് തരുന്നു... ഞാൻ അത് അച്ഛനെ ബോധ്യപ്പെടുത്തും... ദയവായി", ഞാൻ അക്ഷരാർത്ഥത്തിൽ അപേക്ഷിച്ചു.

"നിന്റെ തീരുമാനത്തിൽ ഞങ്ങൾ സന്തുഷ്ടരാണെന്ന് ഞാൻ പറയില്ല... പക്ഷേ ഞങ്ങൾ മനസ്സിലാക്കുന്നു.. എല്ലാത്തിനുമുപരി, ഞങ്ങൾ നിങ്ങളുടെ പ്രായം കടന്നുപോയി.. നിങ്ങളുടെ മാതാപിതാക്കൾ സമ്മതിക്കുകയും ഞങ്ങൾ നിങ്ങളെ വിളിക്കുമ്പോഴെല്ലാം സന്ദർശിക്കാമെന്ന് നിങ്ങൾ ഉറപ്പ് നൽകുകയും ചെയ്താൽ ... കുഴപ്പമില്ലെങ്കിൽ, നിങ്ങൾക്ക് ഞങ്ങളുടെ ഹോട്ടൽ പെന്റ് ഹൗസുകളിൽ ഒന്നിൽ താമസിക്കാം അല്ലെങ്കിൽ അദ്വിതിന്റെ പെന്റ് ഹൗസ് പങ്കിടാം.....", അമ്മാവൻ ചിന്തയോടെ പറഞ്ഞു.

ഒരു നിമിഷം പോലും ആലോചിക്കാതെ ഞാൻ ചെറുതായി പരിഭ്രാന്തിയോടെ മറുപടി പറഞ്ഞു. "അയ്യോ.. വേണ്ട അങ്കിൾ... ഞാൻ മറ്റ് ഹോട്ടൽ പെന്റ്ഹൗസുകളിൽ ഒന്ന് എടുത്തോളാം... എനിക്ക് ആരുമായും പങ്കിടാൻ ആഗ്രഹമില്ല.... പക്ഷേ രണ്ടിനും വളരെ നന്ദി... എപ്പോൾ വേണമെങ്കിലും സന്ദർശിക്കാമെന്ന് ഞാൻ വാഗ്ദാനം ചെയ്യുന്നു. ", ഒടുവിൽ ശാന്തയായി ഞാൻ പറഞ്ഞു.

അദ്വിതിനൊപ്പം ഒരു പെന്റ് ഹൗസ് പങ്കിടാൻ ഞാൻ ഇവിടെ നിന്ന് മാറിയാൽ അത് വിരോധാഭാസമല്ലേ?! ഒരു ലേക്ക് വ്യൂ അപ്പാർട്ട്മെന്റിൽ നിന്ന് ഒരു സമുദ്രത്തിൽ താമസിക്കാൻ ഒഴിഞ്ഞുമാറുന്നത് പോലെയാണ് അത്.

പക്ഷെ ഏറ്റവും ഭയാനകമായ പേര് വിളിച്ച് ആന്റിയുടെ ശബ്ദം എന്റെ ചിന്തകളെ തടസ്സപ്പെടുത്തി.

" അദ്വിത്... കൃത്യസമയത്ത് നീ വന്നു... കൊള്ളാം! ഇങ്ങോട്ട് വാ നിന്റെ ബെസ്റ്റ് ഫ്രണ്ടിനെ കാണൂ... റിക്ക, നോക്കൂ ദ്വി വന്നിട്ടുണ്ട്...", അമ്മായി ആവേശത്തോടെ സ്വീകരണമുറിയുടെ വാതിലിലേക്ക് നടന്നു.

എന്റെ പിൻഭാഗം വാതിലിന് അഭിമുഖമായിരുന്നു. അതുകൊണ്ട് എനിക്ക് അവനെ കാണാനോ അവന് എന്നെ കാണാനോ കഴിയില്ല.

ആന്റിയുടെ വാക്കുകൾ എന്നെ എന്റെ സ്ഥാനത്ത് മരവിപ്പിച്ചു. ഇവിടെ ഞാൻ അവരോട് ഒഴിഞ്ഞു മാറുന്നതിനെക്കുറിച്ച് പറയുകയായിരുന്നു, അതിനാൽ എനിക്ക് അവനെ പരമാവധി ഒഴിവാക്കാൻ കഴിയും, പക്ഷേ ഭാഗ്യവശാൽ അവൻ തന്നെത്തന്നെ കാണിച്ചു.

ഉടൻ തന്നെ ഓഫീസിൽ അവനെ അഭിമുഖീകരിക്കേണ്ടിവരുമെന്ന് എനിക്കറിയാം. എന്നാൽ ഇപ്പോൾ അത് ചെയ്യാൻ ഞാൻ ആഗ്രഹിക്കുന്നില്ല. വൈകാരികമായി ഞാൻ തയ്യാറല്ല. ഇപ്പോൾ അവനെ കണ്ടാൽ ഞാൻ കരയുമെന്ന് എനിക്കറിയാം.

എനിക്ക് വാക്കുകൾക്കതീതമായി വേദനിച്ചു. ജീവിതകാലം മുഴുവൻ നിങ്ങൾ സ്നേഹിച്ച പുരുഷന് നിങ്ങൾ ഒരു കളിപ്പാട്ടവും 'മറ്റൊരു പെൺകുട്ടിയും' ആണെന്നും നിങ്ങളുടെ ആദ്യ ചുംബനം അവന് ഒരു കളി മാത്രമാണെന്നും നിങ്ങൾ കണ്ടെത്തുമ്പോൾ ഒരുപക്ഷേ നമ്മളെല്ലാവരും ഇങ്ങനെ ആയിരിക്കും. അതിനാൽ, മീറ്റിംഗിനായി മാനസികമായി എന്നെത്തന്നെ തയ്യാറാക്കുക മാത്രമാണ് ഞാൻ ആഗ്രഹിച്ചത്. പക്ഷെ ഞാൻ ഊഹിക്കുന്നു, ഞാൻ അത്ര ഭാഗ്യവതിയല്ല.

ഇവിടെ, ഞാൻ ലിവിംഗ് റൂമിൽ നിൽക്കുന്നു, ഞാൻ ഏറ്റവും വെറുക്കുന്ന മനുഷ്യനെ അഭിമുഖീകരിച്ച് പുറംതിരിഞ്ഞ് നിൽക്കുന്നു.

രക്ഷപ്പെടാൻ വഴികളില്ല എന്ന് മനസ്സിൽ ഉറപ്പിച്ചു കൊണ്ട് ഞാൻ പതിയെ തിരിഞ്ഞു നടക്കുകയായിരുന്നു. പക്ഷേ, സ്വർഗ്ഗാനുഗ്രഹത്താൽ എന്റെ ഫോൺ റിംഗ് ചെയ്യാൻ തുടങ്ങി.

'ക്ഷമിക്കണം.. ഈ കോൾ എടുക്കണം... ഇത് പ്രധാനമാണ്' എന്ന് പ്രത്യേകിച്ച് ആരോടും പറയാതെ ഞാൻ ഗസ്റ്റ് റൂമിലേക്ക് ഓടിപ്പോയി.

പക്ഷെ ഞാൻ അവരുടെ കണ്ണിൽ പെടാതെ നിൽക്കുമ്പോൾ, "ആദ്യം തന്നെ എന്നോട് ആലോചിക്കാതെ അവളെ എന്റെ

പെന്റ്ഹൗസിൽ താമസിക്കാൻ നിങ്ങൾക്ക് എങ്ങനെ കഴിയും?!" എന്ന അദ്വിതിന്റെ ഏറ്റവും ആകർഷകമായ, മാന്യമായ ശബ്ദം എന്റെ നട്ടെല്ലിൽ വിറയ്ക്കുന്നതായിരുന്നു ഞാൻ കേട്ടത്.

അവനോട് ഇങ്ങനെ പ്രതികരിച്ചതിന് എനിക്ക് എന്നെത്തന്നെ ചവിട്ടണം. പക്ഷെ എന്നെ ഏറ്റവും കൂടുതൽ വിഷമിപ്പിച്ചതും നിരാശപ്പെടുത്തിയതും എനിക്ക് നിയന്ത്രിക്കാൻ കഴിയുന്നില്ല.

പക്ഷേ, എന്റെ ജിജ്ഞാസയെ എന്നിൽ നിന്ന് മികച്ചതാക്കാൻ ഞാൻ അനുവദിച്ചില്ല. ഓടി ഞാൻ ഗസ്റ്റ് റൂമിലെത്തി. ഡോർ ലോക്ക് ചെയ്തതിനു ശേഷം ഞാൻ അറിയാതെ ഒരു ദീർഘ നിശ്വാസം പുറത്തേക്ക് വിട്ടു. ഉടനെ എന്റെ കണ്ണുകൾ നിറഞ്ഞൊഴുകാൻ തുടങ്ങി.

പക്ഷേ എന്റെ കണ്ണുനീർ പുറത്തുവരാൻ ഞാൻ ആഗ്രഹിക്കുന്നില്ല. ഞാൻ തീർച്ചയായും ദുർബലയല്ല ... ഒരു സ്ത്രീയോട് ബഹുമാനമില്ലാത്ത ഈ വിഡ്ഢിയെക്കാൾ മികച്ച ഒരു പുരുഷനെ ഞാൻ അർഹിക്കുന്നു ... തീർച്ചയായും ഞാൻ അർഹിക്കുന്നു

ഞാൻ ഇത് വീണ്ടും വീണ്ടും എന്നോട് തന്നെ ആവർത്തിച്ചു. ഒടുവിൽ സമാധാനമായപ്പോൾ ഞാൻ ആ പരിചയക്കാരനെ തിരിച്ചു വിളിച്ചു. അവൾക്കു വേണ്ടി ഒരു പ്രൊജക്റ്റ് ചെയ്തു തരാം എന്നും പറഞ്ഞു.

അത്താഴത്തിന് എന്നെ വിളിക്കാൻ അമ്മായി വന്നപ്പോൾ, ഞാൻ ഇപ്പോൾ വളരെ തിരക്കിലാണെന്നും എന്റെ സുഹൃത്തിന് വേണ്ടിയുള്ള പ്രധാനപ്പെട്ട ജോലി പൂർത്തിയാക്കിയ ശേഷം അവരോടൊപ്പം ചേരുമെന്നും ഞാൻ പറഞ്ഞു.

അത് എങ്ങനെ ചെയ്യണമെന്ന് ഒരു ഐഡിയയും ഇല്ല. തലയാട്ടിക്കൊണ്ട് അമ്മായി പോയി. ഞാൻ ജോലി പൂർത്തിയാക്കാൻ പോവുകയായിരുന്നു. അപ്പോഴാണ് അദ്വിത് പോയി എന്ന് പറഞ്ഞു ആന്റി വീണ്ടും വന്നു എന്റെ ഡിന്നർ ഇവിടെ റൂമിലേക്ക് കൊണ്ട് വന്നു. ആശ്വസിച്ച പുഞ്ചിരിയോടെ ഞാൻ വിനയപൂർവ്വം നന്ദി പറഞ്ഞു, അതിന് അമ്മായി തലയാട്ടി, മുറിയിൽ നിന്ന് ഇറങ്ങുന്നതിന് മുമ്പ് മാതൃ സ്നേഹത്തോടെ എന്റെ നെറ്റിയിൽ ചുംബിച്ചു.

സത്യം പറഞ്ഞാൽ, അവനെക്കുറിച്ചുള്ള ചിന്തകളാൽ എന്റെ മനസ്സ് നിറഞ്ഞു. അവന്റെ ശബ്ദം കേട്ടപ്പോൾ തന്നെ വിറപ്പിച്ചു. അതെങ്ങനെ

ഹസ്കി ആയി തോന്നും എന്ന് എനിക്ക് അത്ഭുതപ്പെടാതെ വയ്യ. പക്ഷേ, എന്റെ ചിന്തകളുമായി മുന്നോട്ട് പോകുന്നതിന് മുമ്പ്, അദ്ദേഹത്തിന്റെ മുൻകാല വാക്കുകളും പ്രവൃത്തികളും എന്റെ മനസ്സിൽ വീണ്ടും പ്രകടമായി. ഞാൻ അനുഭവിച്ച വേദനയും വഞ്ചനയും മാത്രമാണ് ഇപ്പോൾ എനിക്ക് ചിന്തിക്കാൻ കഴിയുന്നത്. പക്ഷെ എനിക്ക് 2 കാര്യങ്ങൾ ഉറപ്പായും അറിയാം.

1) അവനെ കാണുകയും അവനെക്കുറിച്ച് ചിന്തിക്കുകയും ചെയ്തുകൊണ്ട് ഞാൻ എന്റെ വാഗ്ദാനം ലംഘിക്കുകയാണ്.

2) ഞാൻ നിരസിക്കുകയാണെന്നും ഞാൻ ഇപ്പോഴും അവനെ സ്നേഹിക്കുന്നുവെന്നും എനിക്കറിയാം. എന്നാൽ ഇപ്പോൾ ചിന്തിക്കുമ്പോൾ, ഇന്നിന് ശേഷം, വേദനയും ഹൃദയം തകർന്നതിന്റെ വികാരവും അവനിൽ അവശേഷിക്കുന്ന സ്നേഹത്തെ ശക്തിപ്പെടുത്തുന്നു. എന്റെ മസ്തിഷ്കത്തിന്റെ യുക്തിരഹിതമായ ഒരു ഭാഗം ഇപ്പോഴും അവനുമായി ബന്ധിപ്പിച്ചിട്ടുണ്ടെങ്കിലും, അവൻ എന്നോട് ചെയ്ത എല്ലാത്തിനും ഞാൻ അവനെ വെറുക്കുന്നു. പക്ഷേ, അവൻ ഇപ്പോഴും എനിക്ക് എത്രമാത്രം പ്രാധാന്യമർഹിക്കുന്നു എന്നതിനെ അപേക്ഷിച്ച് എനിക്ക് അവനോട് ഒരു ഔൺസ് പോലും പ്രശ്നമല്ലെന്ന് എനിക്കറിയാം.

ഇനിയൊരിക്കലും അവനെ വിശ്വസിക്കാനോ അവന്റെ തന്ത്രങ്ങളിൽ വീഴാതിരിക്കാനോ അല്ലെങ്കിൽ എന്റെ മനസ്സിൽ എന്നെന്നേക്കുമായി പതിഞ്ഞ ആ മാറ്റാനാവാത്ത വേദന ഒരിക്കലും മറക്കാനോ മനസ്സ് ഉറപ്പിച്ചുകൊണ്ട് ഞാൻ ഒരു നേരിയ മയക്കത്തിലേക്ക് വഴുതി വീണു.

വാതിലിൽ നിന്നുള്ള മുട്ട് എന്നെ ഉണർത്തി. പെട്ടന്നുള്ള ശബ്ദം കേട്ട് ഞാൻ കട്ടിലിൽ നിന്ന് ഞെട്ടിയുണർന്നു, അലസമായി കണ്ണുകൾ തിരുമ്മി. അപ്പോൾ അമ്മായി മുറിയിലേക്ക് കയറി.

" പോയി റെഡിയായിട്ട് ഇന്ന് ബ്രേക്ക്ഫാസ്റ്റിന് ജോയിൻ ചെയ്യൂ... പിന്നെ ഇന്ന് നിനക്കിത് ഒഴിവാക്കാനാവില്ല.. നീ ഞങ്ങളോടൊപ്പം ഭക്ഷണം കഴിക്കണം ", അമ്മായി ഒരു പകുതി ഗൗരവത്തോടെ എന്നോട് പറഞ്ഞു.

അമ്മായി പോയതിനു ശേഷം ഞാൻ എന്റെ രാവിലത്തെ ഡ്യൂട്ടി എല്ലാം ചെയ്തു, കുളിച്ച് കോട്ടൺ ഷർട്ടും ബാഗി ടീ ഷർട്ടും ധരിച്ചു.

പിന്നെ, ഞാൻ അമ്മായിയും അമ്മാവനും ഉള്ള ഡൈനിംഗ് റൂമിലേക്ക് ഇറങ്ങി. ഞാൻ അകത്തു കടന്നപ്പോൾ, അമ്മാവൻ മേശയുടെ തലയിൽ ഇരിക്കാൻ പോകുന്നതിന് മുമ്പ് അമ്മായി നെറ്റിയിൽ ഒരു കൊട്ട് നൽകുന്നത് ഞാൻ കണ്ടു. റൊമാന്റിക് , ചെറുപ്പക്കാർ ! ഇത് കണ്ടപ്പോൾ ഞാൻ ഇത്തരമൊരു പ്രണയത്തിനായി കൊതിച്ചു.

പിന്നെ, ഞാൻ അമ്മാവന്റെ ഒരു വശത്ത് ഇരുന്നു, അവിടെ അമ്മായി മറുവശത്ത് ഇരുന്നു.

"ഹേയ്, ലിൽ ചാമ്പ്", അമ്മാവൻ പുഞ്ചിരിയോടെ വിളിച്ചു.

"ഹായ് ഓൾഡ് മാൻ!", ഞാൻ കളിയാക്കി, ആന്റി ചിരിച്ചു.

"ഞാൻ ഓൾഡ് മാൻ കിഡോ അല്ല! സാൻവിയോടും ചോദിക്ക്.. ഫോറെവർ യങ്ങ്...", അവൻ ആന്റിയുടെ നേരെ കൌണ്ടർ ചെയ്തു.

"അതെ അതെ...എന്തായാലും മൂപ്പർ!", അമ്മായി ചിരിച്ചുകൊണ്ട് പറഞ്ഞു, എന്നിട്ട് ഞങ്ങൾ രണ്ടുപേരും പരസ്പരം ഹായ്-ഫൈവ് ചെയ്തു, അതിന് അമ്മാവൻ നാടകീയമായി ചിരിച്ചു.

താമസിയാതെ പ്രഭാതഭക്ഷണം എത്തി. ഇന്ത്യയിലെ പ്രമുഖ പാചകവിദഗ്ധരിൽ ഒരാളായ മിസ്റ്റർ രാജ് നിർമ്മിച്ചത് കണക്കിലെടുക്കുമ്പോൾ ഇത് സ്വർഗം പോലെയാണ്.

" നീ ഇന്ന് ജോലി ചെയ്യാൻ തുടങ്ങുകയാണെന്ന് നിന്റെ അച്ഛൻ പറഞ്ഞോ?!", അമ്മാവൻ പറഞ്ഞത് എന്റെ ഭക്ഷണത്തിൽ നിന്ന് എന്നെ ശ്വാസം മുട്ടിച്ചു.

"എന്ത്?!", നരകത്തിൽ ഞെട്ടിപ്പോയ എന്റെ സിസ്റ്റത്തിൽ നിന്ന് പുറത്തുകടക്കാൻ എനിക്ക് കഴിയുന്ന ഒരേയൊരു വാക്ക്. എന്റെ വിചിത്രമായ പ്രതികരണം അമ്മായിയെയും അമ്മാവനെയും ആശങ്കാകുലരാക്കി. അതുകൊണ്ട് ഞാൻ പെട്ടെന്ന് തന്നെ കമ്പോസ് ചെയ്ത് വീണ്ടും ചോദിച്ചു.

" നിന്നോട് പറഞ്ഞില്ല എന്ന് ഞാൻ മനസ്സിലാക്കുന്നു... എന്തായാലും ഇന്ന് നീ നിന്റെ പണി തുടങ്ങും.. ദ്വിയെ നേരത്തെ അറിയിച്ചിരുന്നു... അതുകൊണ്ട് നീ പോയി റെഡി ആകൂ. ഞാൻ തന്നെ ഡ്രൈവ് ചെയ്ത് വരാം... പിന്നെ, എനിക്ക് ചില പ്രശ്നങ്ങൾ പരിഹരിക്കണം... നാളെയോടെ നീ എമറാൾഡിലെ പെന്റ്ഹൗസിലേക്ക് മാറും... എമറാൾഡിന്റെ അടുത്ത കെട്ടിടമാണ് ദ്വി താമസിക്കുന്നത്... ഞങ്ങൾക്ക് മനസ്സമാധാനമുണ്ടാകും... ", അമ്മാവൻ

പറഞ്ഞു.

എനിക്ക് ചിന്തിക്കാൻ കഴിയുന്ന ഒരേയൊരു വാക്ക് ഷിറ്റ് ആണ്... ഇന്ന് ജോലി ആരംഭിക്കുക എന്നതിനർത്ഥം ഞാൻ ഇന്ന് അവനെ കണ്ടുമുട്ടാൻ പോവുകയാണ് ... ഞാൻ തയ്യാറാണോ?! അവന്റെ അടുത്തുള്ള ഒരു കെട്ടിടത്തിൽ താമസിക്കുകയാണോ?! ഞാൻ അവനെ എന്ത് വില കൊടുത്തും ഒഴിവാക്കണം ...

നീ അവന്റെ കൂടെ താമസിക്കുന്നത് പോലെയല്ല ... അതുകൊണ്ട് നിനക്ക് അവനെ തീർച്ചയായും ഒഴിവാക്കാം ... ഒരുപാട് വിഷമിക്കണ്ട ... ഇപ്പോൾ പോയി പിശാചിനെ കാണാൻ തയ്യാറാവുക, ഞാൻ എന്നെത്തന്നെ ആശ്വസിപ്പിക്കാൻ ശ്രമിച്ചു.

ഭക്ഷണം കഴിച്ച ശേഷം ഞാൻ ഒരു വെള്ള ഷർട്ടും ചാരനിറത്തിലുള്ള പെൻസിൽ പാവാടയും അതിന് മുകളിൽ സാൽമൺ നിറത്തിലുള്ള ബ്ലേസറും മാറി. സാൽമൺ നിറമുള്ള പമ്പുകളും സിൽവർ സ്ട്രാപ്പ് വാച്ചും ഉപയോഗിച്ച് ഞാൻ എന്റെ വസ്ത്രവുമായി പൊരുത്തപ്പെട്ടു. എനിക്ക് അധികം സമയമില്ലാത്തതിനാൽ, എന്റെ മുടി അതിന്റെ സ്വാഭാവിക തിരമാലകളിൽ എന്റെ തോളിലൂടെ ഒഴുകാൻ വിട്ടു.

പൂർത്തിയാക്കിയ ശേഷം, ഞാൻ ഒരിക്കൽ കണ്ണാടിയിൽ സ്വയം പരിശോധിച്ചു. ഞാൻ നല്ലതും പ്രൊഫഷണലുമായി കാണപ്പെടുന്നുണ്ട്. ആ ദ്വിക് സൂക്ഷിക്കുക ... ഇതാ ഞാൻ വരുന്നു, നിങ്ങളുടെ ഏറ്റവും മോശം പേടിസ്വപ്നം ..

എന്നിട്ടും ഞാൻ ഈ കൂടിക്കാഴ്ചയെ ഭയക്കുന്നു. ഈ ഡയലോഗുകൾ എന്റെ സെൽഫ് ടോക്ക് മാത്രമാണ്.

എന്നാൽ സമയം കടന്നുപോയി, ഇപ്പോൾ ഞാൻ മുകളിലത്തെ നിലയിൽ നിൽക്കുന്നു, അത് അദ്ദേഹത്തിന്റെ ഓഫീസിന്റെ നിലയുമാണ്. അങ്കിൾ പെട്ടെന്ന് ഗുഡ് ലക്ക് എന്ന് പറഞ്ഞു പോയി. ഞാൻ ഇവിടെ നിൽക്കുകയാണ്, ഞാൻ പ്രവേശിക്കണോ വേണ്ടയോ എന്ന് ആലോചിക്കുന്നു.

ശരി , ഇതാണ് ! തന്റെ പ്ലേബോയ് പ്രശസ്തിക്ക് വേണ്ടി നിങ്ങളുടെ ആദ്യ ചുംബനം മോഷ്ടിച്ച , നിശ്ചിത പരിധിക്കപ്പുറം നിങ്ങളെ തകർത്ത പിശാചിനെ കാണാനുള്ള സമയമായി ... ധൈര്യമായിരിക്കുക , നിങ്ങളുടെ ബലഹീനത അവനോട് കാണിക്കരുത് ... അവന്റെ മുന്നിൽ

കരയരുത്... റിക്ക, നിങ്ങൾക്കത് ചെയ്യാൻ കഴിയും!

എന്റെ സംസാരത്തിന് ശേഷം, ഞാൻ ലോബിയിലേക്ക് പ്രവേശിച്ചു, അവിടെ നിങ്ങൾക്ക് സങ്കൽപ്പിക്കാൻ കഴിയുന്ന ഏറ്റവും ഇറുകിയ വേഷവിധാനമുള്ള ഒരു പെൺകുട്ടി ഇരിക്കുന്നു. അവൾക്ക് എങ്ങനെ അതിൽ ശ്വസിക്കാൻ കഴിയുമെന്ന് ഞാൻ അത്ഭുതപ്പെട്ടു.

എന്നെ കണ്ടതും അവളുടെ മുഖം വിറച്ചു. "ഞാൻ നിങ്ങൾക്കായി എന്ത് ചെയ്യാൻ കഴിയും?!", അവൾ എന്നോട് പരുഷമായി ചോദിച്ചു. അതെന്നെ വല്ലാതെ പ്രകോപിപ്പിച്ചു. എന്നിട്ടും എനിക്ക് ഇതിനൊന്നും സമയമില്ല. എനിക്ക് പിശാചിനെ നേരിടണം. അതിനാൽ, ഞാൻ അവളോട് മാന്യമായി പ്രതികരിച്ചു.

"ഹായ്.. ഞാൻ റിക്കയാണ്.. എനിക്ക് മിസ്റ്റർ ആ ദ്വിക് റിഷിനെ കാണണം... എന്റെ വരവ് അദ്ദേഹത്തിന് നേരത്തെ തന്നെ അറിയാം...", ഒരു പ്രൊഫഷണൽ പുഞ്ചിരിയോടെ ഞാൻ വിനയത്തോടെ പറഞ്ഞു.

പെൺകുട്ടി കൂടുതൽ നെറ്റി ചുളിച്ചുകൊണ്ട് എന്നോട് ഏറ്റവും പരുഷമായ കാര്യം പറഞ്ഞു, അത് എന്നെ ദേഷ്യം കൊണ്ട് മുകളിലേക്ക് വീശിയടിച്ചു. "ബാക്ക് ഓഫ് ബിച്ച്... അവന് നിന്നെ കാണാൻ ആഗ്രഹമില്ല.. ഞാൻ അവനെ എന്റേതാക്കും... നിന്നെപ്പോലൊരു വേശ്യ ഞങ്ങൾക്കിടയിൽ ഇടപെടാൻ വേണ്ട...", അവൾ പറഞ്ഞു.

അവളുടെ വാക്കുകൾ എന്നെ തളർത്തി. ഞാൻ പുകയുകയായിരുന്നു. കൊള്ളാം! എന്റെ ദിവസം കൂടുതൽ മഹത്തരമാക്കാൻ പരുഷമായ ഒരു സ്ലട്ടി അസിസ്റ്റന്റിനെ നേരിടുക മാത്രമാണ് എനിക്ക് വേണ്ടത്... ദൈവത്തിന് നന്ദി!

"ഇവിടെയുള്ള തെണ്ടി ആരാണെന്ന് ഞങ്ങൾക്കെല്ലാം അറിയാം.", ഞാൻ അവൾക്ക് മറുപടി പറഞ്ഞു, എന്റെ വാക്കുകളിൽ വിഷം പൊതിഞ്ഞു.

അവൾ ദ്വിയുടെ മേൽ അവകാശവാദം ഉന്നയിച്ചപ്പോൾ അത് എന്നെ ഔദ്യോഗികമായി അലോസരപ്പെടുത്തി. നിങ്ങൾ എന്താണ് ചിന്തിക്കുന്നതെന്ന് എനിക്കറിയാം. അവൻ എന്നെ വേദനിപ്പിച്ചതു കൊണ്ടാണ് ഞാൻ അവനെ വെറുക്കുന്നു എന്ന് ഞാൻ പറയുന്നത്

എന്ന് നിങ്ങൾ ആശ്ചര്യപ്പെടുന്നുണ്ടാകും, എന്നിട്ടും ഞാൻ എന്തിനാണ് ഇത് പറയുന്നത്! എനിക്കും അറിയില്ല.

ഞാൻ അവനിൽ നിന്ന് ആയിരം മൈൽ അകലെയായിരിക്കുമ്പോൾ അവനെ വെറുക്കാനും അവനെക്കുറിച്ച് ചിന്തിക്കാതിരിക്കാനും എനിക്ക് എളുപ്പമായിരുന്നു.

എന്നാൽ അടുത്ത് നിൽക്കുന്നതും അവന്റെ ശബ്ദം കേൾക്കുന്നതും എനിക്ക് ചില ഭ്രാന്തൻ വികാരങ്ങൾ ഉണ്ടാക്കുന്നു. എല്ലാത്തിനുമുപരി, അവൻ എന്റെ ജീവിതത്തിന്റെ മുക്കാൽ ഭാഗവും നീണ്ടുനിന്ന എന്റെ ആദ്യത്തെയും ഏകവുമായ പ്രണയമായിരുന്നു.. എന്റെ ചിന്തകളെ തടസ്സപ്പെടുത്തിയത് ആ വിഡ്ഢിയായ സ്ത്രീയാണ്.

"ഞാൻ അവനെ വിളിക്കാൻ വിസമ്മതിച്ചാൽ നീ എന്ത് ചെയ്യും..", അവൾ എന്നെ വെല്ലുവിളിച്ചു.

"പിന്നെ ഞാൻ മിസ്റ്റർ രാഹുൽ റിഷിനെ വിളിച്ചേക്കാം, അദ്വിതിനെ കാണാൻ അവന്റെ അസിസ്റ്റന്റ് എന്നെ അനുവദിച്ചില്ലെന്ന് പറയാൻ ... പ്രവേശനം നിഷേധിക്കുമോ ? ", ഞാൻ അവളോട് ഒരു മനോഭാവത്തോടെ ചോദിച്ചു.

അവളുടെ ഭാവം മുരടിപ്പിൽ നിന്ന് ഞെട്ടലിലേക്കും ഭീതിയിലേക്കും മാറിയപ്പോൾ ഞാൻ പുഞ്ചിരിച്ചു, മാനസികമായി വിജയ നൃത്തം ചെയ്തു. പിന്നെ മറുപടി പറയാൻ ഒരു നിമിഷം പോലും തരാതെ ഞാൻ അവളുടെ ഫോൺ റിസീവർ എടുത്തു അവളുടെ കയ്യിൽ കൊടുത്തു.

അവൾ വേഗം ദ്വിയെ വിളിച്ച് എന്റെ വരവിനെ കുറിച്ച് പറഞ്ഞു. എന്നിട്ട് അവൾ എന്നോട് അവന്റെ ഓഫീസിലേക്ക് പോകാൻ പറഞ്ഞു.

പിശാചിനെ നേരിടാനുള്ള സമയം! ഞാൻ മനസ്സിൽ കരുതി അവന്റെ ഓഫീസിനുള്ളിൽ കയറി.

3

അദ്ദേഹത്തെ കണ്ടുമുട്ടാൻ എനിക്ക് വളരെ ആത്മവിശ്വാസമുണ്ടെന്ന് ഞാൻ നിങ്ങളോട് പറഞ്ഞാൽ, നുണയാണ്. പറയാൻ, ഞാൻ തികച്ചും പരിഭ്രാന്തയാണ്. ഈ മീറ്റിംഗ് ഒഴിവാക്കാൻ ഞാൻ നൂറു കാരണങ്ങൾ ആലോചിച്ചു. ഞാൻ ബോധരഹിതയായി അഭിനയിച്ചാലോ ?

ഞാൻ ഓടിപ്പോയാലോ?
' അപ്പോൾ നീ അവന്റെ മുന്നിൽ ദുർബ്ബലയാണെന്ന് തെളിയിക്കാമോ ?, എന്റെ ഉള്ളിലെ ബോധം പരിഹാസത്തോടെ മറുപടി പറഞ്ഞു.

രക്ഷപെടാനുള്ള മറ്റു വഴികൾ ആലോചിക്കും മുൻപേ അസിസ്റ്റന്റിന്റെ ഫോൺ ബെല്ലടിച്ച് എന്നെ ഭൂമിയിലേക്ക് തിരികെ കൊണ്ടുവന്നു. എന്റെ മനസ്സ് മാറ്റി, ഓടിപ്പോകാനുള്ള ആശയം ആലോചിക്കുന്നതിന് മുമ്പ്, ഞാൻ ' വാതിലിലേക്ക് നടന്നു.

ഞാൻ വാതിലിനു മുന്നിൽ നിന്നു, അമിതമായി വിയർക്കുന്ന കൈകൾ തുടച്ചു, എന്റെ തോളുകൾ ചതുരാകൃതിയിലാക്കി, തല ഉയർത്തി. ഞാൻ മെല്ലെ തട്ടി, ഇന്നലെ കേട്ട വിറയൽ ഉളവാക്കുന്ന അതേ മാന്യമായ ഒരു ശബ്ദം കേട്ടപ്പോൾ ഞാൻ വിറയ്ക്കുന്ന കൈകളാൽ വാതിൽ തുറന്ന് ഒരു ദീർഘ നിശ്വാസമെടുത്ത് അകത്തേക്ക് കയറി.

ഞാൻ അകത്തു കടന്നയുടനെ ഈ വിചിത്രമായ തണുപ്പ് എന്റെ നട്ടെല്ലിലൂടെ ഒഴുകുന്നതായി എനിക്ക് തോന്നി. എന്റെ നോട്ടം ഈ ഗ്രഹത്തിൽ ജീവിച്ചിരിക്കുന്നവരിൽ ഏറ്റവും സുന്ദരനും സെക്സിയസ്റ്റുമായ മനുഷ്യനിൽ പതിഞ്ഞു. മറക്കുക, അവൻ ഒരു

മനുഷ്യനല്ല, മറിച്ച് ഒരു വിചിത്രമായ ഗ്രീക്ക്-ദൈവമാണ്.

എന്റെ നോട്ടം അവന്റെ നേർക്ക് പിടിച്ചപ്പോൾ എന്റെ ശ്വാസം മുട്ടി. അവന്റെ പ്രതികരണം ശ്രദ്ധിക്കുന്നതിൽ ഞാൻ പരാജയപ്പെട്ടു.

സത്യത്തിൽ, 6 വർഷം മുമ്പുള്ളതിനേക്കാൾ സുന്ദരനാകാൻ അദ്വിതിന് കഴിയില്ലെന്ന് ഞാൻ കരുതിയപ്പോൾ, അവൻ എന്നെ തെറ്റിദ്ധരിപ്പിച്ചു. 18 വയസ്സുള്ള ആൺകുട്ടിയുമായി താരതമ്യപ്പെടുത്തുമ്പോൾ അവൻ കൂടുതൽ സുന്ദരനും പുരുഷനും ആയി. ബാലന്റെ ചാരുത പോയി. ഇപ്പോൾ, അവൻ ഈ നിഗൂഢമായ പ്രഭാവലയം തനിക്കുചുറ്റും പിടിച്ചുനിർത്തി.

എല്ലാത്തിനുമുപരി , അവൻ ഒരു ബിസിനസ്സുകാരനാണ്,മുൻനിരക്കാരൻ. എന്റെ നോട്ടം വീണ്ടും അവന്റെ ചുണ്ടുകളിലേക്ക് തിരിഞ്ഞു. ആ ഇളം പിങ്ക് ചുണ്ടുകൾ!

വർഷങ്ങൾക്ക് മുമ്പ് നടന്നതെല്ലാം പെട്ടെന്ന് എന്റെ മനസ്സിലേക്ക് ഓടിയെത്തി. ഓരോ പ്രവൃത്തിയും, ഓരോ വാക്കും, ഓരോ വികാരവും.... വേദന ഉൾപ്പെടെ എല്ലാം.

വർഷങ്ങൾക്ക് മുമ്പ് നടന്ന ആ ഭയാനകമായ കാര്യങ്ങളെല്ലാം മറന്ന്, അവന്റെ മേൽ ഊറ്റിയെടുക്കാനും അവന്റെ വിശിഷ്ടതയിൽ കുടുങ്ങിയതിനും ഞാൻ എന്നെത്തന്നെ കൊല്ലാൻ ആഗ്രഹിച്ചു. നാശം ! ഭൂമിയിലെ ഏറ്റവും നികൃഷ്ടമായ ജീവി ഇവനാണെന്ന് ഞാൻ എങ്ങനെ മറക്കും ...

പെൺകുട്ടികൾ അവന് കളിപ്പാട്ടങ്ങൾ പോലെയാണ്, അവരുടെ വികാരങ്ങൾ അവനെ സംബന്ധിച്ചിടത്തോളം ഒന്നുമല്ല ... നിങ്ങൾക്ക് വീണ്ടും ഹൃദയാഘാതവും ആ വേദനയും അനുഭവിക്കണോ ? അപകടം ഉള്ളിടത്താണ് സൗന്ദര്യമെന്ന് ഓർക്കുക !

ഞാൻ വീണ്ടും വൈകാരികമായി സ്ഥിരത കൈവരിച്ചു. അതെ, എനിക്ക് ഒരു പിശാചുബാധയുണ്ടായി, അല്ലെങ്കിൽ ഞാൻ നേരത്തെ ഡ്രൂലിംഗ് സമയത്ത് എന്തെങ്കിലും അസ്വസ്ഥതയിൽ അകപ്പെട്ടു ...

എന്റെ പ്രവൃത്തിയെ ന്യായീകരിക്കാൻ എനിക്ക് എന്ത് ചെയ്യാൻ കഴിയും. എന്തായാലും, എനിക്ക് ബോധം വന്നതിന് ശേഷം, മുൻകാല പ്രവർത്തനങ്ങളുടെ അടയാളങ്ങളൊന്നും നൽകാത്ത ഒരു നിഷ്പക്ഷ മുഖം നിലനിർത്താൻ ഞാൻ ശ്രമിച്ചു.

"ഞാൻ റിക്ക ശ്രിനികിത്, മിസ്റ്റർ റിഷ്... എന്റെ വരവിനെക്കുറിച്ച് രാഹുൽ അമ്മാവൻ നിങ്ങൾക്ക് മുൻകൂട്ടി വിവരം നൽകിയിട്ടുണ്ടെന്ന് ഞാൻ പ്രതീക്ഷിക്കുന്നു...", ഞാൻ എല്ലാം ബിസിനസ്സ് പോലെ പറഞ്ഞു.

ഇനി അസ്വാഭാവികത ഒഴിവാക്കാൻ ഞാൻ അദ്ദേഹത്തെ ഔദ്യോഗികമായി അഭിസംബോധന ചെയ്യാൻ തീരുമാനിച്ചു.

എന്റെ ശബ്ദം അവനെ ഞെട്ടിച്ചുവെന്ന് തോന്നുന്നു. അവന്റെ ശാന്തവും വിലയിരുത്തുന്നതുമായ ഭാവം ദൃഢവും കർക്കശവും കഠിനവും നിർദയവുമായ ഒന്നായി മാറി, അത് അദ്ദേഹത്തിന് ചുറ്റും കോപവും അപകടകരവുമായ പ്രഭാവലയം പുറപ്പെടുവിച്ചു.

കൌതുകമുണർത്തുന്ന അവന്റെ ഇളം നീലക്കണ്ണുകൾ കോപം പ്രസരിപ്പിക്കുന്ന കടുത്ത നീലയായി മാറി. അവൻ വെറുതെ മേശയിൽ ചാരി നിന്നില്ല. അവൻ നിവർന്നു, മേശയ്ക്ക് ചുറ്റും നടന്ന് തന്റെ എക്സിക്യൂട്ടീവ് കസേരയിൽ ഇരുന്നു.

"അതെ, മിസ്. ശ്രിനികിത്! തീർച്ചയായും, നിങ്ങളുടെ വരവിനെക്കുറിച്ച് എന്നെ അറിയിച്ചിരുന്നു... അതിനാൽ, നിങ്ങളുടെ പിതാവിന്റെ കമ്പനിയുടെ സിഇഒ സ്ഥാനം ഏറ്റെടുക്കാൻ നിങ്ങൾ എന്റെ കീഴിൽ പരിശീലിപ്പിക്കപ്പെടാൻ പോകുന്നു. നിങ്ങൾ എന്റെ നിർദ്ദേശങ്ങൾ പാലിക്കണമെന്ന് ഞാൻ ആഗ്രഹിക്കുന്നു. അതിനുമുമ്പ് നിങ്ങൾക്ക് നിങ്ങളുടെ ഇരിപ്പിടം പിടിക്കാം...", അവൻ തന്റെ മേശയുടെ മുന്നിലുള്ള ലെതർ സീറ്റിലേക്ക് തലയാട്ടി പറഞ്ഞു.

തണുത്ത ഭാവത്തോടെ ഞാൻ വേഗം നടന്ന് സീറ്റിലിരുന്നു. ഞാൻ ഒരു വാക്ക് പറയാൻ കാത്തുനിൽക്കാതെ അവൻ തുടർന്നു.

"ആദ്യം, താമസിക്കുന്നതിൽ അർത്ഥമില്ലാത്തതിനാൽ നിങ്ങൾ ഇന്ന് നിങ്ങളുടെ ജോലി ആരംഭിക്കുന്നു, നിങ്ങൾ എത്രയും വേഗം കാര്യങ്ങൾ പഠിച്ചുവോ അത്രയും വേഗം നിങ്ങളുടെ സ്വന്തം സ്ഥലത്തേക്ക് പോകാം...", അവൻ അനിഷ്ടകരമായ ഭാവത്തോടെ പറഞ്ഞു.

ഞാൻ അവന്റെ ജീവിതത്തിൽ നിന്ന് പുറത്തു കടക്കണമെന്ന് അവൻ ആഗ്രഹിക്കുന്നു എന്നതും അതേക്കുറിച്ച് വിവേകമില്ലാത്തതും എന്റെ ഹൃദയത്തിൽ കുത്തേറ്റതായി എനിക്ക് തോന്നി. പക്ഷെ അത് എന്നെ സംബന്ധിച്ചിടത്തോളം മണ്ടത്തരമാണെന്ന് എനിക്കറിയാം.

"രണ്ടാമതായി, നിങ്ങൾ ഇതേ ഓഫീസ് ക്യാബിനിൽ ഇരിക്കുകയും എന്റെ ടേബിൾ പങ്കിടുകയും ചെയ്യും, അതിലൂടെ കാര്യങ്ങൾ എങ്ങനെ കൈകാര്യം ചെയ്യണമെന്ന് നിങ്ങൾക്ക് ശ്രദ്ധിക്കാനാകും... ഞാൻ എങ്ങനെ ബിസിനസ് കോളുകൾ കൈകാര്യം ചെയ്യുന്നു, എന്റെ ബിസിനസ്സ് തന്ത്രങ്ങൾ, എന്ത് അടിസ്ഥാനത്തിലാണ് ഞാൻ തീരുമാനമെടുക്കുന്നത് എന്നതും നിങ്ങൾ ശ്രദ്ധിക്കണമെന്ന് ഞാൻ ആഗ്രഹിക്കുന്നു. അതുപോലുള്ള സാധനങ്ങളും... ഞാൻ നിങ്ങൾക്ക് ചില ജോലികൾ പൂർത്തിയാക്കാൻ തരുമ്പോൾ, സമയപരിധിക്ക് മുമ്പ് അത് സമർപ്പിക്കണമെന്ന് ഞാൻ ആഗ്രഹിക്കുന്നു... ഒരു നീട്ടിവെക്കലും വെച്ചുപൊറുപ്പിക്കില്ല, നിങ്ങൾ എന്റെ പിതാവിന്റെ സുഹൃത്തിന്റെ മകളായതിനാൽ നിങ്ങൾക്ക് പ്രത്യേക പരിഗണനയൊന്നും നൽകില്ല. .. അവസാനമായി, ഒരു കാലതാമസവും വെച്ചുപൊറുപ്പിക്കില്ല ... എന്തെങ്കിലും ചോദ്യങ്ങളുണ്ടോ?", അവൻ ശാന്തമായി ചോദിച്ചു.

അവന്റെ മേശയും ഓഫീസും ഞാൻ ഷെയർ ചെയ്യാമെന്ന് പറഞ്ഞപ്പോൾ എന്റെ ഭാഗ്യത്തെ ശപിക്കാതിരിക്കാൻ വയ്യ. അവനെ ഒഴിവാക്കിയതിന് ഒരുപാട് !!

പക്ഷെ അത് എന്നെ ആന്തരികമായി സന്തോഷിപ്പിച്ചു. പക്ഷേ സുഹൃത്തെന്നോ മറ്റെന്തെങ്കിലുമോ എന്നതിനുപകരം അച്ഛന്റെ സുഹൃത്തിന്റെ മകൾ എന്ന് പറഞ്ഞപ്പോൾ എന്റെ ഹൃദയം സങ്കടത്താൽ ഭാരപ്പെട്ടു.

പിന്നെ അവൻ നിങ്ങളെ എന്ത് വിളിക്കും എന്ന് നിങ്ങൾ പ്രതീക്ഷിച്ചു?

അവൻ ആദ്യ ചുംബനം മോഷ്ടിച്ച പെൺകുട്ടി അല്ലെങ്കിൽ ഒരിക്കൽ, ഉറ്റ സുഹൃത്ത് ??! , എന്റെ ഉള്ളിലെ ബോധം വിറച്ചു. ആദ്യം സന്തോഷം, ഇപ്പോൾ സങ്കടം. എല്ലാം 30 സെക്കൻഡിനുള്ളിൽ!

എന്തുകൊണ്ടാണ് എനിക്ക് ഈ മാനസികാവസ്ഥ മാറുന്നതെന്ന് എനിക്കറിയില്ല. എന്റെ പ്രതികരണങ്ങളെക്കുറിച്ചുള്ള ചിന്ത എന്നെ അസ്വസ്ഥയാക്കി. അവനോട് ദുർബലയായതിന് എന്റെ ഹൃദയത്തെ കഷണങ്ങളാക്കാൻ ഞാൻ ആഗ്രഹിക്കുന്നു.

"ഞാൻ വൈകിയെത്തിയതിന് നിങ്ങളുടെ സഹായിയോട് നന്ദി പറയണം മിസ്റ്റർ റിഷ്...", ഞാൻ നിസ്സംഗതയോടെ പറഞ്ഞു.

ഏറ്റുമുട്ടലിന്റെ ഓർമ്മപ്പെടുത്തൽ എന്നിൽ അത്ര സുഖിച്ചില്ല. അവന്റെ കണ്ണുകൾ ആശയക്കുഴപ്പം വെളിപ്പെടുത്തി. പക്ഷേ, എന്നെ വീണ്ടും ചോദ്യം ചെയ്യുന്നതിനുമുമ്പ് അദ്ദേഹം പെട്ടെന്ന് സ്വയം സംയോജിച്ചു.

"നിങ്ങളുടെ തെറ്റുകൾക്ക് എന്റെ ജീവനക്കാരെ കുറ്റപ്പെടുത്തരുത്, ", അവൻ തുറിച്ചുനോട്ടത്തോടെ പറഞ്ഞു.

അവന്റെ വാക്കുകൾ എന്നിൽ എരിയുന്ന തീജ്വാല പുറപ്പെടുവിച്ചു.

'ഞാൻ അവനെ എന്റേതാക്കും'... അതിനർത്ഥം അവൻ അവളുടേതല്ലെന്നും ഒരു അർത്ഥത്തിലും അവൻ അവളോട് പ്രതിജ്ഞാബദ്ധനല്ലെന്നും ആണ്. ഇപ്പോൾ, പൂജ്യം മുതൽ പത്ത് വരെ, എന്റെ ദേഷ്യം നൂറിൽ നിന്ന് മൈനസ് നൂറായി കുറഞ്ഞു.

"ഞാൻ നിങ്ങളുടെ ജീവനക്കാരെ കുറ്റപ്പെടുത്തുന്ന് ല്ല മിസ്റ്റർ റിഷ്.. ഞാൻ സത്യം പറയുകയാണ്.. നിങ്ങളുടെ പ്രിയപ്പെട്ട അസിസ്റ്റന്റ് സ്റ്റെല്ല എന്നെ മോശമായ വാക്കുകളിൽ വിളിച്ച് ഞാൻ ഒരിക്കലും ചെയ്യാൻ ഉദ്ദേശിക്കാത്ത കാര്യങ്ങൾ ആരോപിച്ചു. അതിനാൽ, അവൾ എന്നെ വിളിച്ചതെല്ലാം അവളാണെന്ന് വ്യക്തമാക്കാൻ എനിക്ക് കുറച്ച് സമയമെടുത്തു, ഒപ്പം എന്നെ അകത്തേക്ക് വിടാൻ അവളെ ഭീഷണിപ്പെടുത്തുകയും ചെയ്തു! ", ഞാൻ മറുപടി നൽകി.

എന്റെ ഉത്തരം അവനെ ആശയക്കുഴപ്പത്തിലാക്കി

"നിങ്ങൾ എന്താണ് ഉദ്ദേശിക്കുന്നത്?", അവൻ എന്നെ ചോദ്യം ചെയ്തു

"എനിക്ക് ഇവിടെ ഇരുന്ന് നിങ്ങളോട് എല്ലാം വിശദീകരിക്കാൻ ആഗ്രഹമുണ്ട്, മിസ്റ്റർ റിഷ്... പക്ഷെ ഞാൻ അത് ചെയ്യാൻ പോകുന്നില്ല... വ്യക്തമായ രണ്ട് കാരണങ്ങളാൽ... ഒന്ന്, ഞാൻ കഷ്ടത അനുഭവിക്കുന്ന ഒരു പെൺകുട്ടിയല്ല. മറ്റുള്ളവർക്ക് ചെറിയ പ്രശ്നങ്ങൾക്ക്... നിങ്ങൾക്ക് ചിന്തിക്കാൻ കഴിയുന്നതിലും ശക്തനാണ് ഞാൻ..."

ഞാനാണ് കൂടുതൽ ശക്തയെന്നും ഇനി ആ 17 വയസ്സുള്ള ഞാനല്ലെന്നും ബോധപൂർവ്വം അറിയിക്കാനാണ് ഞാൻ ഇത് പറഞ്ഞത്.

"രണ്ടാമതായി, എനിക്ക് എന്റെ ജോലി എത്രയും വേഗം ആരംഭിക്കണം ... നിങ്ങൾ തന്നെ പറഞ്ഞതു പോലെ, താമസിക്കുന്നതിൽ അർത്ഥമില്ല, ഞാൻ കാര്യങ്ങൾ പഠിച്ചാൽ എത്രയും വേഗം എനിക്ക് എന്റെ സ്വന്തം സ്ഥലത്തേക്ക് പോകാം ... അല്ലേ?", ഞാൻ പറഞ്ഞു.

"തീർച്ചയായും മിസ്. ശ്രിനികിത്... ഇപ്പോൾ, തുടക്കക്കാർക്കായി, ഈ ഡിപ്പാർട്ട്മെന്റ് മേധാവിയുടെ മീറ്റിംഗിൽ നിങ്ങൾ പങ്കെടുക്കണം. മറ്റ് കാര്യങ്ങൾ... ", അവൻ അത് തന്റെ ബിസിനസ്സ് ടോണിൽ പറഞ്ഞു എന്നിട്ട് തന്റെ റോളക്സിൽ സമയം നോക്കി.

അതേ നിമിഷം, മുറിയിൽ ഒരു മുട്ട് പ്രതിധ്വനിച്ചു, അവന്റെ സെക്രട്ടറിയുടെ ശബ്ദം മുഴങ്ങി. അവളോട് അകത്തേക്ക് വരാൻ ആജ്ഞാപിച്ചപ്പോൾ അവൾ അവനെ മാത്രം നോക്കി മുറിയിലേക്ക് കയറി.

"സർ! നിങ്ങളുടെ മീറ്റിംഗ് ഇനി 5 മിനിറ്റിനുള്ളിൽ...", അവൾ ഒരു പുഞ്ചിരിയോടെ പറഞ്ഞു. അവൾക്ക് എത്ര ധൈര്യമുണ്ട് ! ഇത് ഔദ്യോഗികമാണ് ... ഞാൻ അവളെ വെറുക്കുന്നു !!

എന്നാൽ അവളുടെ എല്ലാ ദയനീയമായ ശ്രമങ്ങൾക്കിടയിലും, അദ്വിക് തണുത്തതും നിർദയവുമായ ഭാവം നിലനിർത്തുകയും 'ശരി' എന്ന് പിറുപിറുക്കുകയും ചെയ്തു.

"നമുക്ക് ഇപ്പോൾ പോകാമോ?", കസേരയിൽ നിന്ന് എഴുന്നേൽക്കുന്നതിനിടയിൽ അവൻ എന്നോട് ചോദിച്ചു. തന്റെ മേശയുടെ മൂലയിൽ വെച്ചിരുന്ന ഒരു ടൈ പുറത്തെടുത്ത് അത് ചെയ്യാൻ തുടങ്ങി.

ഞാൻ ഒരിക്കൽ കൂടി സോൺ ഔട്ട് ആയി എന്ന് മനസ്സിലാക്കിയ ഞാൻ വേഗം ലെതർ സീറ്റിൽ നിന്ന് എഴുന്നേറ്റ് അവനു അഭിമുഖമായി നിന്നു. അപ്രതീക്ഷിതമായി ഞങ്ങളുടെ നോട്ടങ്ങൾ കണ്ടുമുട്ടി. നീല മുതൽ തവിട്ട് വരെ.. തവിട്ട് മുതൽ നീല വരെ... അവന്റെ നോട്ടം മാത്രം എന്നെ വിറപ്പിച്ചു. സന്തോഷകരമായ വിറയൽ, ഞങ്ങൾ രണ്ടുപേരും കണ്ണുകൾ പിൻവലിച്ചില്ല.

എന്റെ നോട്ടം മുഴുവൻ പിടിച്ച് കൊണ്ട് അവൻ ടൈ ചെയ്തു. പിന്നെ, അവൻ തന്റെ അർമാനി സ്യൂട്ടിന്റെ കോട്ടിന്റെ ബട്ടൺ ഇട്ടു, അപ്പോഴും എന്റെ നോട്ടം പിടിച്ചു. എനിക്ക് വലിച്ചെറിയാൻ കഴിയാത്തത്ര ആകർഷണം. അവന്റെ ഭ്രമണപഥങ്ങളാൽ എന്നെ പിടികൂടിയതുപോലെ തോന്നി, ആ മയക്കുന്ന നീല ഗോളങ്ങൾ! ഒടുവിൽ, ആരോ വിളിച്ചപ്പോൾ ഞങ്ങൾ തിരിഞ്ഞു നോക്കി. പിന്നെ, ഒരു നിമിഷം പോലും നിൽക്കാതെ ഞാൻ മുറിയിൽ നിന്ന് ഇറങ്ങി.

എന്നെ തകർത്തതും എന്നെ വേദനിപ്പിച്ചതും അവനാണെന്ന് ഞാൻ മറന്നു പോകുന്ന ടെൻഷൻ എനിക്ക് വളരെ കൂടുതലായിരുന്നു.

മുറിയിൽ നിന്ന് കുറച്ച് ചുവടുകൾ നടന്നപ്പോൾ, ഞാൻ എന്റെ പേഴ്സ് എടുക്കാത്തത് ശ്രദ്ധിച്ചു. അത് എടുക്കാൻ ഞാൻ വീണ്ടും പോയി. മുറിയിലേക്ക് കയറാൻ ഒരുങ്ങുമ്പോൾ അ ദ്വികിന്റെ ശബ്ദം കേട്ടു.

"സ്റ്റെല്ല, നിങ്ങൾ ശ്രീനികിതിനോട് പരുഷവുമായ ചില വാക്കുകൾ പറഞ്ഞതായി എന്റെ ശ്രദ്ധയിൽപ്പെട്ടിട്ടുണ്ട്... ഞാൻ ഇത് ഒരിക്കൽ കൂടി നിങ്ങളോട് പറയുകയാണ്... ഇനി ഒരിക്കലും ശ്രീനികിത്തോട് അങ്ങനെ പെരുമാറരുത്... അവൾ എനിക്ക് തരുന്ന ബഹുമാനം കൊടുക്കണം... ഇനി എപ്പോഴെങ്കിലും നീ അവളോട് അപമര്യാദയായി പെരുമാറുന്നത് ഞാൻ കണ്ടാൽ ആ നിമിഷം തന്നെ നിന്നെ പിരിച്ചു വിടും, മനസ്സിലായോ?!", ഭീഷണിപ്പെടുത്തുന്ന തണുത്ത സ്വരത്തിൽ അവൻ അവളെ ചോദ്യം ചെയ്തു.

അവൻ എന്നെ ശ്രദ്ധിക്കുന്നുണ്ടോ? തീർച്ചയായും, അവൻ ശ്രദ്ധിക്കുന്നു ...

എന്തായാലും അവളുടെ മറുപടി കേൾക്കാൻ ഞാൻ ശ്രദ്ധിച്ചിരുന്നില്ല. അവന്റെ വാക്കുകൾ എന്റെ വയറ്റിൽ ചില വിചിത്രമായ കാര്യങ്ങൾ സംഭവിച്ചു. എന്റെ മുഖത്ത് വലിയൊരു ചിരി വന്നു. അവൻ എന്നെ പ്രതിരോധിക്കുന്നതിൽ എനിക്ക് ഇത്ര സന്തോഷവും സംതൃപ്തിയും തോന്നുന്നത് എന്തുകൊണ്ടാണെന്ന് എനിക്കറിയില്ല. എന്നാൽ എന്തായാലും, ഞാൻ അതിനെക്കുറിച്ച് ചിന്തിക്കാൻ ആഗ്രഹിക്കുന്നില്ല.

ആ നിമിഷത്തെ വിലമതിക്കാൻ ഞാൻ ആഗ്രഹിക്കുന്നു. പക്ഷെ പിടി കിട്ടും മുൻപേ ഞാൻ അവന്റെ വാതിലിൽ മുട്ടി മറുപടിക്ക് കാത്തു

നിൽക്കാതെ തുറന്നു. തണുത്ത അവസ്ഥയിലേക്ക് പോകുന്നതിന് മുമ്പ് അവന്റെ കണ്ണുകൾ നേരത്തെയുള്ള തിളക്കത്തിൽ നിന്ന് എന്റെ ദിശയിലേക്ക് തിരിഞ്ഞു.

"എന്റെ ബാഗ്!", ഞാൻ പ്രത്യേകിച്ച് ആരോടും പറഞ്ഞില്ല, അത് എടുക്കാൻ ലെതർ സീറ്റിൽ എത്തി. അതിനു ശേഷം ഞങ്ങൾ രണ്ടുപേരും തലവന്മാരുമായി മീറ്റിംഗിലേക്ക് പോയി.

ഞങ്ങൾ അകത്തു കടന്നപ്പോൾ തന്നെ മുറി നിറഞ്ഞിരുന്നു. ഞങ്ങൾ സീറ്റിലേക്ക് നീങ്ങിയപ്പോൾ എല്ലാവരുടെയും കണ്ണുകൾ എന്നിലേക്ക് തന്നെ ആയിരുന്നു, അത് എന്നെ വല്ലാതെ അസ്വസ്ഥയാക്കി. കുറച്ചുപേർ എന്നെ കൗതുകത്തോടെയും പലരും കാമത്തോടെയും നോക്കി, അത് എന്നെ ചുരുങ്ങാൻ പ്രേരിപ്പിച്ചു.

അദ്വിത് അവന്റെ സീറ്റിൽ ഇരുന്നു, ഒരു ഒഴിഞ്ഞ സീറ്റിൽ അവന്റെ അടുത്ത് ഇരിക്കാൻ എന്നെ വിട്ടു. അവന്റെ അടുത്ത് ഇരുന്നത് എന്റെ ഹൃദയമിടിപ്പ് കൂട്ടി. ഇത് എന്നിൽ ദേജാവുവിന്റെ ഒരു ബോധം കൊണ്ടുവന്നു. ആ ഭയങ്കരമായ ദിവസം ... അവൻ എന്നെ കെട്ടിപ്പിടിച്ചപ്പോൾ ... അവന്റെ സാമീപ്യത്താൽ എന്റെ ഹൃദയം തുടിച്ചു .. ദൈവമേ!

ലോകത്തിലെ ഏറ്റവും മികച്ച സിഇഒയുടെ കീഴിൽ പരിശീലിക്കാൻ വന്ന ശ്രീ വരുൺ ശ്രിനികിത്തിന്റെ മകൾ എന്ന എന്റെ മുഖവുരയോടെയാണ് മീറ്റിംഗ് ആരംഭിച്ചത്. തുടർന്ന്, ഓരോ വകുപ്പുമേധാവികളും അവരുടെ വകുപ്പുകളുടെ പ്രവൃത്തികൾ, നിർമ്മാണങ്ങൾ, ലാഭം, സ്ഥിതിവിവരക്കണക്കുകൾ, സാധനങ്ങൾ എന്നിവ ഓരോന്നായി പറയാൻ തുടങ്ങി.

അദ്വിക് അതീവ ശ്രദ്ധയോടെ ശ്രദ്ധിച്ചു കേട്ടു കൊണ്ടിരുന്നു. എന്റെ തല കറങ്ങിയിട്ടില്ലെന്ന് ഞാൻ നിങ്ങളോട് പറഞ്ഞാൽ, ഞാൻ തീർത്തും നുണയാണ്.കാര്യങ്ങളുടെ ഭാരം സിഇഒ കൈകാര്യം ചെയ്യേണ്ടതുണ്ട്. സിനിമയിലോ പുസ്തകങ്ങളിലോ കാണിക്കുന്നത്ര എളുപ്പമല്ല ജോലി. അദ്വിക് മഹാനാണ്.

മീറ്റിംഗ് കഴിഞ്ഞ് കുറച്ച് മിനിറ്റുകൾക്ക് ശേഷം, ചെയ്യേണ്ട ജോലികളെക്കുറിച്ചും വരുത്തേണ്ട മാറ്റങ്ങളെക്കുറിച്ചും അദ്വിക് നിർദ്ദേശങ്ങൾ നൽകി. അവൻ ഗാംഭീര്യത്തോടെ മുന്നിൽ നിന്നു, അവന്റെ സംസാരവും ഭാവവും ശക്തി പ്രസരിപ്പിച്ചു.

എനിക്ക് അവനെ അത്ഭുതത്തോടെ നോക്കാതിരിക്കാൻ കഴിയും. അപ്പോഴാണ് ആരോ എന്നെ തുറിച്ചു നോക്കുന്നത് പോലെ എനിക്ക് തോന്നിയത്. ഞാൻ ആ ദ്വികിൽ നിന്ന് എന്റെ കണ്ണുകൾ നീക്കിയപ്പോൾ, മുറിയിലെ മിക്ക പുരുഷന്മാരും ഞാൻ ഒരുതരം ഭക്ഷണം കഴിക്കുന്നതുപോലെ എന്നെ നോക്കുന്നത് കണ്ട് ഞാൻ ഞെട്ടിപ്പോയി.

ഇവരിൽ ഭൂരിഭാഗവും എന്റെ പിതാവാകാനുള്ള പ്രായമുള്ളവരാണ്. പീഡോഫൈലുകൾ ! ഞാൻ ഒരു കുട്ടിയാണെന്നല്ല , എനിക്ക് വളരെ വളരെ അസ്വസ്ഥത അനുഭവപ്പെടുകയും എന്റെ ഇരിപ്പിടത്തിൽ ചുരുങ്ങുകയും ചെയ്തു. പെട്ടെന്ന് ആ ദ്വിക് തന്റെ നിർദ്ദേശങ്ങൾ നിർത്തി. എല്ലാവരുടെയും ശ്രദ്ധ അവനിലേക്ക് തിരിയാൻ കാരണമായി.

"ഇനി മാന്യന്മാരേ! ഞാൻ നിങ്ങളെ ഓരോരുത്തരെയും വെടിവച്ചുകൊല്ലുന്നതിന് മുമ്പ് മിസ്. ശ്രിനിക്കിത്തിനെ നോക്കുന്നതിനേക്കാൾ നിങ്ങളുടെ എല്ലാ ശ്രദ്ധയും എന്നിലേക്ക് തിരിച്ചാൽ നന്നായിരിക്കും...", അവൻ കണ്ണുകൊണ്ട് ഭീഷണിപ്പെടുത്തി.

അയാൾ കൊലപാതകത്തിന് തയ്യാറാണെന്ന് തോന്നി. കൊള്ളാം ! ജോലിയുടെ കാര്യത്തിൽ ഈ മനുഷ്യന് ഗുരുതരമായ പ്രശ്നങ്ങളുണ്ട് ... പക്ഷേ , ആ മനുഷ്യർ ലജ്ജയോടെ തിരിഞ്ഞു നോക്കുമ്പോൾ അവനെ നോക്കി നന്ദിയോടെ പുഞ്ചിരിക്കാതിരിക്കാൻ എനിക്ക് കഴിയില്ല.

അവന്റെ കണ്ണുകൾ എന്റേതുമായി കണ്ടുമുട്ടി, ഞാൻ പുഞ്ചിരിക്കുന്നത് കണ്ടപ്പോൾ, അവൻ ഞെട്ടിപ്പോയതു പോലെ വിറച്ചു, എന്നിട്ട് അൽപ്പം വിശ്രമിച്ചു. പിന്നെ, യാതൊരു ബഹളങ്ങളും തുറിച്ചു നോട്ടങ്ങളും ഇല്ലാതെ യോഗം തുടർന്നു.

എല്ലാവരും മുറിയിൽ നിന്ന് ഇറങ്ങിയ ശേഷം ഞങ്ങൾ അവന്റെ ഓഫീസ് ക്യാബിനിൽ പ്രവേശിച്ചു. അദ്ദേഹം തന്റെ എക്സിക്യൂട്ടീവ് ചെയറിലേക്ക് പോകുമ്പോൾ, ഞാൻ ഒരു "നന്ദി!"

വളരെ ഉച്ചത്തിൽ അത് അവനെ തന്റെ ട്രാക്കിൽ ഒരു നിമിഷം നിർത്തി. പിന്നെ, അയാൾ തന്റെ കസേരയിൽ എനിക്കഭിമുഖമായി ഇരുന്നു, ഒരു ചെറിയ ആത്മാർത്ഥമായ പുഞ്ചിരി സമ്മാനിച്ചു.

എന്നിരുന്നാലും, ഹൃദയം നിലയ്ക്കുകയും വയറു വിറയ്ക്കുകയും ചെയ്തു. അവനിൽ നിന്ന് എന്റെ ദൃഢമായ നോട്ടം പറിച്ചെടുക്കാൻ കഴിയാതെ ഞാൻ ആശയക്കുഴപ്പത്തോടെ സീറ്റിൽ ഇരുന്നു.

"അതൊന്നും കുഴപ്പമില്ല... ഇനി ഞങ്ങൾ ഞങ്ങളുടെ ജോലി തുടരും...", അവൻ പറഞ്ഞു.

അദ്ദേഹത്തിന്റെ ശബ്ദം തുടക്കത്തിൽ മൃദുവും കരുതലുമായിരുന്നു, അവസാനം ബിസിനസ്സ് പോലെ അവസാനിച്ചു. പിന്നെ ഞങ്ങൾ രണ്ടുപേരും ജോലി ചെയ്തു.

ഞങ്ങൾ എടുത്ത ഒരേയൊരു ഇടവേള ഉച്ചഭക്ഷണമാണ്. വെവ്വേറെ.

പിന്നെ, സന്ധ്യയായി, ഞാൻ അമ്മാവനോടൊപ്പം മാളികയിലേക്ക് പോയി. ഒരു ദിവസം കൊണ്ട് ഞാൻ എന്റെ പെന്റ് ഹൗസിലേക്ക് മാറാം എന്ന് പറഞ്ഞു.

അമ്മായിക്കും അമ്മാവനുമൊപ്പമുള്ള നല്ല അത്താഴത്തിന് ശേഷം ഞാൻ ഉറങ്ങാൻ കിടന്നു. ഇന്ന് സ്റ്റെല്ലയുടെ ഭാഗം ഞാൻ പ്രതീക്ഷിച്ചതിലും വളരെ നന്നായി പോയി.

അദ്വിക് എനിക്കുവേണ്ടി സംസാരിച്ചപ്പോൾ എനിക്ക് സന്തോഷം തോന്നിയെങ്കിലും, ഒന്നല്ല, രണ്ടുതവണ. എന്റെ മാതാപിതാക്കളിൽ നിന്നോ മറ്റുള്ളവരിൽ നിന്നോ അവനെക്കുറിച്ചുള്ള കഥകൾ കേൾക്കുന്നത് വ്യത്യസ്തമായിരുന്നു.

അവനെ വെറുക്കാനും നിന്ദിക്കാനും എനിക്ക് എളുപ്പമായിരുന്നു. പക്ഷെ അവനെ മുഖാമുഖം കണ്ടതും അവന്റെ ശബ്ദം കേട്ടതും എന്റെ ഹൃദയം പുറത്തേക്ക് ചാടുകയും വയറു പിളർക്കുകയും ചെയ്തു. പഴയ വികാരങ്ങളെല്ലാം എന്നിലേക്ക് തിരികെ വരുന്നതായി എനിക്ക് തോന്നി.

ഞാൻ ആരെയാണ് കളിയാക്കുന്നത്?! നിങ്ങളുടെ ജീവിതകാലം മുഴുവൻ നിങ്ങൾ സ്നേഹിച്ച ഒരാളെ മറക്കുന്നത് മിക്കവാറും അസാധ്യമാണ്. പക്ഷേ ഞാൻ മുന്നോട്ട് പോയി എന്ന് പറഞ്ഞ് എന്റെ ഹൃദയത്തെയും മനസ്സിനെയും കബളിപ്പിച്ചു. എന്നാൽ ഈ സാമീപ്യം എന്നെ ഇനിയും കബളിപ്പിക്കാൻ കഴിയില്ലെന്ന് മനസ്സിലാക്കി.

ചുരുക്കത്തിൽ, ഞാൻ അവനെ സ്നേഹിക്കുന്നു എന്ന വസ്തുത ഞാൻ ഇപ്പോൾ നിഷേധിക്കുന്നില്ല. അവൻ എന്നെ അനുഭവിച്ചതിന് ശേഷവും ഞാൻ ഇപ്പോഴും അവനെ സ്നേഹിക്കുന്നു. പക്ഷെ അത് എനിക്ക് ദോഷകരമാണെന്ന് എനിക്കറിയാം. അതിനാൽ, ഞാൻ അത് മറികടക്കാൻ ശ്രമിക്കും.

ഇനിയൊരിക്കലും അവന്റെ തന്ത്രങ്ങളിൽ ഞാൻ വീഴില്ല. അവന് എന്നെ ഹിപ്നോട്ടിസ് ചെയ്യാനും നിയന്ത്രിക്കാനും കഴിയുമെന്ന് ഞാൻ ഒരിക്കലും അവനോട് കാണിക്കില്ല. ഞാൻ ഒരിക്കലും സ്നേഹത്താൽ അന്ധയാകില്ല, ഇനി മുറിവേൽക്കില്ല.

ഇതിന് ഞാൻ എന്നോട് തന്നെ കടപ്പെട്ടിരിക്കുന്നു. സത്യം പറഞ്ഞാൽ, എന്റെ ശരീരത്തിനും ആത്മാവിനും ഹൃദയത്തിനും മറ്റൊരു ഹൃദയാഘാതം വഹിക്കാൻ കഴിയില്ല, അത് 'എന്റെ ശരീരത്തിൽ നിന്ന് എന്റെ ഹൃദയത്തെ കീറിമുറിക്കുന്നു' എന്ന തോന്നലോ 'ഒന്നുമില്ലാതെ ജീവിക്കുന്നു' എന്ന അവസ്ഥയോ!

ഞാൻ അമ്മാവനെ കാത്ത് റിഷ് മാൻഷന്റെ സ്വീകരണമുറിയിലെ സോഫയിൽ ഇരിക്കുകയാണ്, നമുക്ക് ഓഫീസിലേക്ക് പോകാം. ഒടുവിൽ 10 മിനിറ്റിനു ശേഷം അവൻ എത്തി. ഞങ്ങൾ അമ്മായിയോട് യാത്ര പറഞ്ഞു കമ്പനിയിലേക്കുള്ള യാത്ര തുടങ്ങി.

അദ്വിത് ചിന്തകളാൽ നിറഞ്ഞതായിരുന്നു യാത്ര. അവനിലേക്ക് വീണ്ടും വീഴുമോ എന്ന ഭയം എനിക്ക് മാറ്റാൻ കഴിയില്ല, അവസാനം എന്റെ ഹൃദയത്തെ കൂടുതൽ വേദനിപ്പിക്കുന്നു. ഇന്നലെ നന്നായി പോയി ... ഇന്ന് ദ്വി വ്യത്യസ്തമായി അഭിനയിച്ചാലോ ? എന്ത് സംഭവിക്കും ? എല്ലാറ്റിനുമുപരിയായി , എനിക്ക് എന്റെ വിഡ്ഢി ഹൃദയത്തെ നേരിടണം ... ശ്ശോ ...

ഞങ്ങൾ ഞങ്ങളുടെ ലക്ഷ്യസ്ഥാനത്ത് എത്തി. കമ്പനിയിലെത്തിയ ശേഷം, എമറാൾഡിലുള്ള എന്റെ പുതിയ പെന്റ്ഹൗസിലേക്ക് നമുക്ക് മാറാൻ വേണ്ടി, ഒരു നേരത്തെ അവധിയെടുക്കാൻ അമ്മാവൻ എന്നെ ഓർമ്മിപ്പിച്ചു. പിന്നെ, ഞങ്ങൾ ബൈ പറഞ്ഞു, ഞങ്ങളുടെ വഴികളിൽ പോയി.

മുകളിലത്തെ നിലയിലെത്തിയ ഞാൻ അദ്വിതിന്റെ ഓഫീസിലേക്ക് പോയി, അത് ഇപ്പോൾ എന്റെ താൽക്കാലിക ഓഫീസ് കൂടിയാണ്. ഞാൻ മുട്ടാതെ വാതിൽ തുറന്നപ്പോൾ എന്നെ അത്ഭുതപ്പെടുത്തി അവൻ അവിടെ എത്തിയിരുന്നു.

ഭൂമിയിലേക്ക് തിരിച്ചു വന്ന ഞാൻ വേഗം പിറുപിറുത്തു, "തട്ടാത്തതിന് സോറി... ഇതുവരെ വന്നില്ല എന്ന് കരുതി.."

എന്നെ വീണ്ടും അത്ഭുതപ്പെടുത്തി, അവൻ ദേഷ്യപ്പെട്ടതായി കണ്ടില്ല. പകരം, നോബൽ സമ്മാനം നേടിയതുപോലെയാണ് അദ്ദേഹം കാണപ്പെട്ടത്. അദ്ദേഹത്തിന്റെ കാര്യത്തിൽ, അദ്ദേഹം 'മികച്ച സിഇഒ' അവാർഡ് നേടിയതുപോലെ തോന്നി. അതിനർത്ഥം അവൻ ചിരിച്ചു എന്നല്ല. അവന്റെ മുഖത്ത് വളരെ സന്തോഷകരമായ ഭാവം ഉണ്ടായിരുന്നു, അവന്റെ കണ്ണുകൾ സന്തോഷം കൊണ്ട് തിളങ്ങി, പക്ഷേ അവന്റെ ചുണ്ടുകൾ അല്പം പോലും വിറച്ചില്ല.

ദൈവമേ ! ഈ ഒരു വ്യക്തി കാരണം ഞാൻ ഭ്രാന്തിയാവുകയാണ്.
"കുഴപ്പമില്ല... ഇപ്പോൾ ഇരിക്കൂ... നമുക്ക് മുന്നിൽ ഒരുപാട് ദിവസങ്ങളുണ്ട്... ഒരുപാട് ജോലികൾ തീർക്കാനുണ്ട്..."

ഞാൻ ഒന്നും മിണ്ടാതെ അവന്റെ അടുത്തുള്ള കസേരയിൽ ചെന്ന് ഇരുന്നു.

വീട്ടിലേക്ക് പോകാനുള്ള സമയമായപ്പോൾ, ഇന്ന് എന്റെ നേരത്തെയുള്ള അവധിയെക്കുറിച്ച് ഞാൻ അദ്വിതി നെ അറിയിച്ചില്ലെന്ന് എനിക്ക് മനസ്സിലായി.

"മിസ്റ്റർ റിഷ്! ഇന്നത്തെ എന്റെ നേരത്തെയുള്ള അവധിയെക്കുറിച്ച് നിങ്ങളെ അറിയിക്കാൻ ഞാൻ മറന്നു ... ഇന്ന് ഞാൻ ഷിഫ്റ്റ് ആയതിനാൽ, എനിക്ക് നേരത്തെ അവധി വേണം...",

"ഓ.. ശരി.. നിനക്ക് പോകാം", അവൻ ശാന്തനായി പറഞ്ഞു.
"നന്ദി"

അതും പറഞ്ഞ് ഞാൻ ഹാൻഡ് ബാഗും പാക്ക് ചെയ്ത് അവന്റെ ഓഫീസിൽ നിന്നും പുറത്തിറങ്ങി. പിന്നെ ഞാനും രാഹുൽ അമ്മാവനും അവന്റെ വീട്ടിലേക്ക് പോയി. എത്തിയ ശേഷം ആന്റിയുടെ സഹായത്തോടെ ഞാൻ വേഗം സാധനങ്ങൾ പാക്ക് ചെയ്തു പോകാൻ തയ്യാറായി.

പിന്നെ, ഞാനും അമ്മാവനും എന്റെ പെന്റ്ഹൗസിലേക്ക് പുറപ്പെട്ടു. ഞങ്ങൾ കെട്ടിടത്തിലെത്തിയപ്പോൾ, അവൻ ആദ്യം കാണിച്ചുതന്നത് അദ്വിതി ന്റെ പെന്റ് ഹൗസ് ഉള്ള കെട്ടിടമാണ്.

കാറിൽ നിന്ന് ഇറങ്ങി ഞങ്ങൾ മുപ്പതാം നിലയിലുള്ള പെന്റ്ഹൗസിലേക്ക് മാർച്ച് ചെയ്തു. ആധുനിക ശൈലിയിലുള്ള ഒരു പെന്റ് ഹൗസായിരുന്നു അത്. അതിന്റെ സ്വീകരണമുറി ഭിത്തികളിൽ ഗോൾഡൻ-ക്രീം നിറത്തിലാണ് വരച്ചിരിക്കുന്നത്.

ഞാൻ വേഗം എന്റെ സാധനങ്ങൾ മാസ്റ്റർ ബെഡ്റൂമിലേക്ക് മാറ്റി പാക്ക് അഴിച്ചു. പിന്നെ, ഞാൻ ഒരു നീല ടാങ്ക് ടോപ്പിലേക്കും വെള്ള ഷോർട്ട്സിലേക്കും മാറി.

ഡോർ ബെൽ അടിക്കാൻ ഞാൻ ആകാംക്ഷയോടെ കാത്തിരുന്നു. അത് സംഭവിച്ചപ്പോൾ, ഞാൻ എല്ലാവരും വാതിൽ തുറക്കാൻ ഓടി. സ്വാഗതാർഹമായ ഒരു പുഞ്ചിരിയോടെ ഞാൻ വാതിൽ തുറന്നപ്പോൾ, ഇരുണ്ട വാഷ് ജീൻസും കറുത്ത ടി-ഷർട്ടും ധരിച്ച്, ദ്വി അവിടെ നിൽക്കുന്നത് കണ്ടു. അവന്റെ നീലക്കണ്ണുകൾ എന്നെ നോക്കി.

അവന്റെ പേര് എന്റെ പുറകിൽ നിന്ന് മുഴങ്ങിയപ്പോൾ ഞങ്ങളുടെ നിലപാട് തകർന്നു. അവനെ അകത്തേക്ക് വിടാൻ ഞാൻ വഴിയിൽ നിന്ന് മാറി.

അവൻ ഗാംഭീര്യത്തോടെ ഹാളിലൂടെ അച്ഛന്റെ അടുത്തേക്ക് നടന്നു. പരസ്പരം ആലിംഗനം ചെയ്ത ശേഷം ഇരുവരും സംസാരിച്ചു.

അമ്മാവൻ പോയതിന് ശേഷം, ഞങ്ങൾ തമ്മിൽ നേരത്തെയുള്ള കണ്ടുമുട്ടൽ കണക്കിലെടുത്ത് അരമണിക്കൂറോളം അസ്വാസ്ഥ്യമുണ്ടായിരുന്നു. അതിനാൽ, ഏതൊരു സാധാരണക്കാരനും സ്വയം ഇടപഴകാൻ ഞങ്ങൾ ചെയ്യുന്നത് ഞങ്ങൾ ചെയ്തു.

ഞങ്ങൾ ഞങ്ങളുടെ മൊബൈലിൽ മുഴുകി. അരമണിക്കൂറിനുശേഷം ദ്വിക്ക് അമ്മാവനിൽ നിന്ന് ഒരു കോൾ വന്നു, കടലിൽ കൊടുങ്കാറ്റ് വീശുന്നതിനാൽ ഫർണിച്ചറുകൾ നാളെ മാത്രമേ എത്തുകയുള്ളൂവെന്ന് ഫർണിച്ചർ കമ്പനി ഞങ്ങളെ വിളിച്ചു.

"നീ വീട്ടിലേക്ക് പോകൂ! ഞാൻ ഇവിടെ തനിയെ നിൽക്കാം...", ഫോണിൽ സമയം നോക്കിക്കൊണ്ട് ഞാൻ ദ്വിയോട് പറഞ്ഞു, ഉറക്കം മനസ്സിനെ പൊതിഞ്ഞു.

"ഓ ശരിക്കും?! പിന്നെ ഒന്ന് പറയൂ... ഈ രാത്രി നീ എവിടെ കിടക്കും?! തറയോ?? അതോ ഐലൻഡ് കൗണ്ടറിലോ!?", അവൻ പരിഹാസത്തോടെ മറുപടി പറഞ്ഞു.

ഞാൻ അവനെ എതിർക്കാൻ ശ്രമിച്ചു, പക്ഷേ തൃപ്തികരമായ മറുപടിയൊന്നും ലഭിച്ചില്ല. ഉറക്കം എവിടെയാണ്?

"എന്നോടൊപ്പം എന്റെ പെന്റ്ഹൗസിലേക്ക് വരൂ... നിനക്ക് കിടക്കാൻ എനിക്ക് ഒരു അധിക മുറിയുണ്ട്...", എന്റെ ചോദിക്കാത്ത ചോദ്യത്തിന് അയാൾ ഉത്തരം നൽകി.

പാതി ഉറക്കത്തിലും തളർച്ചയിലും ആയതിനാൽ ഞാൻ തർക്കിക്കാതെ അവന്റെ ആജ്ഞക്ക് വഴങ്ങി. ഞങ്ങൾ അവന്റെ പെന്റ്ഹൗസിലേക്ക് പോയി, എന്റെ മങ്ങിയ അവസ്ഥ കാരണം ഞാൻ അത് പരിശോധിച്ചില്ല.

ഞാൻ ഒന്നും മിണ്ടാതെ അവൻ നടന്ന മുറിയിലേക്ക് പോയി നേരിട്ട് കട്ടിലിൽ മുങ്ങി. ഞാൻ കണ്ണുകൾ അടയ്ക്കാൻ ഒരുങ്ങുമ്പോൾ, അവൻ കട്ടിലിന് മുന്നിൽ നിൽക്കുന്നത് ഞാൻ ശ്രദ്ധിച്ചു. അവന്റെ പുറകിൽ എന്റെ കണ്ണുകൾ ഭിത്തിയിൽ കിടക്കുന്ന അവന്റെ ചിത്രം കണ്ടു. അപ്പോൾ തന്നെ അത് ക്ലിക്ക് ചെയ്തു.

"നിങ്ങളുടെ മുറി!!?", ഞാൻ ചോദിച്ചു, എന്റെ മേഘാവൃതമായ അവസ്ഥ കാരണം പൂർണ്ണമായ വാക്യങ്ങൾ രൂപപ്പെടുത്താൻ കഴിഞ്ഞില്ല.

"അതെ! കുഴപ്പമില്ല... നീ ഉറങ്ങൂ.. ഞാൻ ഗസ്റ്റ് റൂം എടുക്കാം... ഗുഡ് നൈറ്റ്!", ചിരിച്ചുകൊണ്ട് മറുപടി പറഞ്ഞ് അയാൾ മുറിക്ക് പുറത്തേക്ക് പോയി.

എന്തൊരു മാന്യൻ! ഈ ബന്ധത്തിന് ഒരു അവസരം നൽകുന്നത് തെറ്റല്ല , ശരിയാണ് ! നഷ്ടമായ അവസരങ്ങളിൽ പശ്ചാത്താപമില്ലാതെ ജീവിക്കുക എന്നാണ് ഇതിനർത്ഥം ഞാൻ സമാധാനപരമായ ഉറക്കത്തിലേക്ക് വഴുതിവീഴുന്നതിനു മുമ്പ് എന്റെ ചിന്തകളായിരുന്നു.

ബാൽക്കണി കർട്ടനുകൾക്കിടയിലുള്ള നേർത്ത ഇടത്തിൽ നിന്ന് അന്ധമായ വെളിച്ചം നേരിട്ട് എന്റെ മുഖത്ത് പതിച്ചു, എന്റെ സൗന്ദര്യ നിദ്രയിൽ നിന്ന് എന്നെ ഉണർത്തി.

ഞാൻ എന്റെ ചുറ്റുപാടുകൾ നോക്കി, കട്ടിലിന് പിന്നിലെ ഭിത്തി ഒഴികെ എല്ലാ വശങ്ങളിലും അദ്വിതി ന്റെ മുറി അർദ്ധരാത്രി നീല നിറത്തിൽ വരച്ചിരിക്കുന്നത് ഞാൻ ശ്രദ്ധിച്ചു.

ചാര-നീല നിറത്തിലാണ് ഇത് വരച്ചത്. ഇരുണ്ട മഹാഗണി മരം കൊണ്ടാണ് അദ്ദേഹത്തിന്റെ ഫർണിച്ചറുകൾ നിർമ്മിച്ചത്. അവന്റെ മുറിയിൽ ഇളം ക്രീം നിറത്തിൽ പരവതാനി വിരിച്ചിരിക്കുന്നു, മധ്യഭാഗത്ത് ഒരു കിംഗ് സൈസ് ബെഡ് ഈ അധിക വലിയ മുറി ഉൾക്കൊള്ളുന്നു.

ഇരുവശത്തും നൈറ്റ് സ്റ്റാൻഡും ഡ്രോയറുകളും ഉള്ള മേശകൾ. മുറിയുമായി ബന്ധിപ്പിക്കുന്നത് മൂന്ന് വാതിലുകളായിരുന്നു, അതിൽ ഒന്ന് ബാൽക്കണിയിലേക്ക് നയിക്കുന്നു, മറ്റ് രണ്ടെണ്ണം ബാത്ത്റൂമിലേക്കും ക്ലോസറ്റിലേക്കും നയിക്കുമെന്ന് ഞാൻ സംശയിക്കുന്നു.

ഇന്നലെ ദ്വി എന്നെ അവന്റെ മുറിയിൽ താമസിക്കാൻ അനുവദിച്ചതും ഗസ്റ്റ് റൂം എടുത്തതും ഞാൻ ഓർത്തു. ഇക്കാലമത്രയും അദ്ദേഹം എന്നോട് പെരുമാറിയ രീതി മാന്യതയിൽ കുറവായിരുന്നില്ല.

അവൻ മെച്ചപ്പെട്ടതായി മാറിയെന്ന് ഞാൻ കരുതുന്നു, പ്രതീക്ഷിക്കുന്നു. അവനോടുള്ള എന്റെ വികാരങ്ങളെ ഞാൻ എത്രമാത്രം അടിച്ചമർത്താൻ ശ്രമിക്കുന്നു, അവനെ കാണുന്നത് എന്റെ ഹൃദയത്തിന് ചുറ്റും ഞാൻ നിർമ്മിച്ച എല്ലാ തടസ്സങ്ങളും തകർക്കുന്നു.

ഞാൻ കട്ടിലിൽ നിന്ന് എഴുന്നേറ്റു ബാത്റൂമിൽ കയറി. സ്പെയർ ടൂത്ത് ബ്രഷ് ഉപയോഗിച്ച് ഞാൻ വേഗം പല്ല് തേച്ചു, മുഖം കഴുകി. എന്റെ രൂപഭാവത്തിൽ സംതൃപ്തി തോന്നിയതിന് ശേഷം ഞാൻ ലിവിംഗ് റൂമിലേക്ക് പോയി. പെന്റ്ഹൗസ് എന്റേതിന് സമാനമാണ്, പക്ഷേ ഇരുണ്ട ഫർണിച്ചറുകൾ.

ലിവിംഗ് റൂമിലേക്ക് നടന്നപ്പോൾ ഫ്രഞ്ച് ടോസ്റ്റിന്റെ അതിമനോഹരമായ മണം കാരണം എന്റെ തല നേരെ തൊട്ടടുത്തുള്ള

അടുക്കളയുടെ ദിശയിലേക്ക് തിരിഞ്ഞു.

എന്നെ ശ്വാസം മുട്ടിക്കുന്ന അതിമനോഹരമായ ദൃശ്യം അവിടെ ഉണ്ടായിരുന്നു! അദ്വിക് റിഷ് അടുക്കളയിൽ കൈയില്ലാത്ത ടീ-ഷർട്ടും വിയർപ്പ് പാന്റും ധരിച്ച് പാനുകൾ കൈകാര്യം ചെയ്യുകയായിരുന്നു.

പാചകം ചെയ്യുമ്പോൾ അവൻ വളരെയധികം ഏകാഗ്രത കാണിച്ചു. അവൻ ഒരു പ്രൊഫഷണലിനെപ്പോലെ അടുക്കളയിൽ ചുറ്റിനടന്നു, അവൻ ഗൃഹനാഥനെയും കാണിച്ചു. ഞാൻ ഒന്നും മിണ്ടാതെ അവിടെ നിന്നുകൊണ്ട് അവനെ ഭയത്തോടെ നോക്കി.

പൂർണ്ണതയുടെ നിർവചനത്തിലേക്ക് നോക്കാതിരിക്കാൻ എനിക്ക് കഴിയില്ല,അദ്വിക് തന്നെ. ചട്ടിയിൽ എണ്ണ ഒഴിച്ച് മുകളിലെ കാബിനറ്റിൽ പാത്രം വെച്ചപ്പോൾ അവന്റെ കൈകളിലെ എബിസും മസിലുകളും ചലിക്കുന്നതും നീണ്ടുനിൽക്കുന്നതും എന്റെ നോട്ടം അവന്റെ പേശികളിൽ പറ്റിപ്പിടിച്ചു.

അവൻ എന്നെ കയ്യോടെ പിടികൂടി എന്ന് അവന്റെ ഭാവം വ്യക്തമായി സൂചിപ്പിക്കുന്നു. ഇത് എന്നെ നാണം കൊണ്ട് നാണം കെടുത്തി പുറത്തേക്ക് നോക്കി. പക്ഷേ അത് അധികനേരം നീണ്ടുനിന്നില്ല, കാരണം അടുത്തതായി എനിക്കറിയാവുന്ന കാര്യം അവൻ എന്റെ മുന്നിലായിരുന്നു, എന്റെ മേൽ തലയുയർത്തി, എന്റെ താടി ഉയർത്തി എന്നെ അവന്റെ കണ്ണുകളിലേക്ക് നോക്കാൻ പ്രേരിപ്പിച്ചു.

"നിന്റെ നാണം എന്നെ സന്തോഷത്താൽ വിറപ്പിക്കുന്നു", അവൻ ഞരക്കത്തോടെ പറഞ്ഞു. ദൈവമേ ! ആ ദ്വിക് ... അവൻ ഇങ്ങനെ സംസാരിച്ചു കൊണ്ടിരുന്നാൽ ഞാൻ തളർന്നുപോകും ... എന്റെ ശ്വാസം താനേ ദൃഢമായി , എന്നത്തേയും പോലെ, അവന്റെ ശബ്ദം എന്റെ നട്ടെല്ലിൽ ഒരു വിറയൽ ഉണ്ടാക്കി. എന്റെ ശ്വാസം വീണ്ടെടുക്കാൻ ശ്രമിച്ചുകൊണ്ട് ഞാൻ അവന്റെ കണ്ണുകളിലേക്ക് നോക്കി. അതെനിക്ക് കൂടുതൽ പരിഭ്രാന്തി ഉണ്ടാക്കി.

" ചുണ്ടുകൾ കടിക്കരുത്... ", അതേ വിറയൽ ഉണർത്തുന്ന ശബ്ദത്തിൽ അവൻ പറഞ്ഞു, അത് പരിഭ്രാന്തി മൂലമാണ് ഞാൻ ചുണ്ടുകൾ കടിക്കുകയാണെന്ന് എനിക്ക് മനസ്സിലായത്. ഞാൻ വേഗം മാറ്റി 'എന്തുകൊണ്ട്?!' എന്ന് മന്ത്രിച്ചു.

പക്ഷേ അയാൾ ഉത്തരം പറയുന്നതിന് മുമ്പ്, ഡോർ ബെൽ മുഴങ്ങി, കോഫി മേക്കറിൽ നിന്ന് കോഫി തയ്യാറാണെന്ന് അറിയിച്ചുകൊണ്ട് ഒരു ബിംഗ് ഉണ്ടായിരുന്നു. ഞങ്ങളുടെ നഷ്ടമായ നിമിഷം കാരണം അവൻ ശ്വാസത്തിനടിയിൽ മുറുമുറുത്തു, എന്റെ താടിയിൽ നിന്ന് കൈ എടുത്ത് അവന്റെ നിരാശ പുറത്തുവിടാൻ ഒരു ദീർഘനിശ്വാസം വിട്ടു.

"ഞാൻ നമുക്ക് രണ്ടുപേർക്കും പ്രഭാതഭക്ഷണം ഉണ്ടാക്കുന്നു, നിങ്ങൾ പോയി വാതിൽ തുറക്കൂ...", ഞാൻ തലയാട്ടി പുഞ്ചിരിച്ചു.

"അതിന് ശേഷം, എന്തുകൊണ്ടെന്ന് ഞാൻ നിങ്ങളോട് പറയാം...", അവൻ മനോഹരമായി ചിരിച്ചുകൊണ്ട് പറഞ്ഞു.

എന്റെ ചുണ്ടുകൾ കടിക്കരുതെന്ന് പറഞ്ഞത് എന്തുകൊണ്ടാണെന്ന് അറിയാൻ ഞാൻ വേഗം ഇന്ററപ്റ്റർ ഓഫ് കാണാൻ വാതിൽക്കൽ ചെന്നു. പക്ഷേ വാതിൽക്കൽ കണ്ട ആൾ എന്നെ ആകെ ഞെട്ടിച്ചു. അവളുടെ മുഖഭാവത്തിൽ നിന്ന് അവളും ഞെട്ടിപ്പോയി. അത് മറ്റാരുമല്ല, വിറ്റയുടെ ചങ്ങാതിയായ ഹരിതയായിരുന്നു. അദ്വിതിന്റെ പെന്റ്ഹൗസിൽ അവളെ കണ്ടതിന്റെ ഞെട്ടൽ വകവയ്ക്കാതെ ഞാൻ സ്വയം കംപോസ് ചെയ്തു. പക്ഷെ ഞാൻ ചോദ്യം ചെയ്യാൻ വായ തുറക്കുന്നതിന് മുമ്പ്, അവൾ എന്നോട് സംസാരിച്ചു.

"ഓ.. റിക്ക, അല്ലേ?! ഇതാ, ഞങ്ങൾ വീണ്ടും കണ്ടുമുട്ടുന്നു ... ഒടുവിൽ അവൻ നിങ്ങളെ നേടി, അവൻ ആഗ്രഹിക്കുന്ന ഏത് പെൺകുട്ടിയും ലഭിക്കുമെന്ന് തെളിയിച്ചതായി ഞാൻ കാണുന്നു....", അവൾ എന്റെ ഹൃദയത്തെ പിളർപ്പിച്ചു കൊണ്ട് പറഞ്ഞു. എല്ലാം ഭൂതകാലത്തിലാണ് , ഓർക്കുക ? അവൻ ഇപ്പോൾ മാറിയിരിക്കുന്നു ... മാത്രമല്ല , അവൾക്ക് അസൂയയാണ്, ഞാൻ എന്നെത്തന്നെ ബോധ്യപ്പെടുത്തി .

എന്റെ മൊബൈൽ എടുക്കാൻ അവന്റെ കിടപ്പുമുറിയിലേക്ക് കയറി. പിന്നെ, അവൻ നേരത്തെ ഉണ്ടായിരുന്ന സ്വീകരണമുറിയിലേക്ക് ഞാൻ പോയി. അവൻ എന്റെ വഴി തടഞ്ഞ് ആ മയക്കുന്ന നീലക്കണ്ണുകളാൽ എന്നെ നോക്കി. ഇത്രയും കഴിഞ്ഞിട്ടും അവനുമായി ബന്ധപ്പെട്ട എന്തിനോടും എല്ലാത്തിനോടും

ആകൃഷ്ടയാകുന്നത് നിർത്താൻ നിങ്ങൾക്ക് കഴിയുന്നില്ലേ ? ഞാൻ ദേഷ്യത്തോടെ ചിന്തിച്ചു.

"ആരാണ് വാതിൽക്കൽ ഉണ്ടായിരുന്നത്?! എന്തായാലും, അത് വിടൂ! എന്തു കൊണ്ടാണ് ഞാൻ നിങ്ങളുടെ ചുണ്ടുകൾ കടിക്കരുതെന്ന് നിങ്ങൾക്ക് അറിയേണ്ടത് ?!", അവൻ ഹസ്കിയോടെ ചോദിച്ചു. ഇത്തവണ അവന്റെ ശബ്ദം എന്നെ രോഷം കൊണ്ട് വിറപ്പിച്ചു. ധൈര്യം സംഭരിച്ച് ഞാൻ അവനോട് മറുപടി പറഞ്ഞു.

"എന്തുകൊണ്ട്?! ഇത് നിങ്ങളെ ആരെയെങ്കിലും ഓർമ്മിപ്പിക്കുന്നുണ്ടോ?! ഒരുപക്ഷേ നിങ്ങളുടെ നിരവധി മുൻ കാമുകിമാരിൽ ഒരാളായിരിക്കുമോ?!", എനിക്ക് സംഭരിക്കാൻ കഴിയുന്ന എല്ലാ വെറുപ്പോടെയും കട്ടിയുള്ള ശബ്ദത്തിൽ ഞാൻ അവനെ ചോദ്യം ചെയ്തു.

എന്റെ ചോദ്യം അവനെ സ്തംഭിപ്പിച്ചു. അവൻ ഒരു വാക്ക് പറയും മുമ്പ്, ഞാൻ അവന്റെ വീട്ടിൽ നിന്ന് ഇറങ്ങി.

അദ്വിതി ന്റെ വീട്ടിൽ നിന്ന് ഇറങ്ങിയ ശേഷം, രോഷത്തോടെ എന്റെ വീട്ടിലേക്ക് പ്രവേശിച്ചു. ഞാൻ സ്വന്തം കൂരയ്ക്ക് കീഴിലാണെന്ന് മനസ്സിലായപ്പോൾ തന്നെ എന്റെ കണ്ണുകൾ നിറഞ്ഞൊഴുകാൻ തുടങ്ങി. ഞാൻ ആ ആളെ വെറുക്കുന്നു ! അവന് എങ്ങനെ കഴിയും ?? തനിക്ക് ഏതെങ്കിലും പെൺകുട്ടിയെ കിട്ടുമെന്ന് തെളിയിക്കാൻ അത്രയും വില കുറഞ്ഞവനാണോ അവൻ ? !!

ഞാൻ എന്നെത്തന്നെ ശാന്തമാക്കാൻ ഒരു ബബിൾ ബാത്ത് എടുക്കാൻ ഞാൻ തീരുമാനിച്ചു.അപ്പോഴാണ് എനിക്ക് തോന്നിയത്, എനിക്ക് ഇന്ന് ജോലിയുണ്ടെന്ന്! അതിനർത്ഥം എനിക്ക് ആ ദ്വികിനെ കാണുകയും അതേ ഞെരുക്കമുള്ള സ്ഥലത്ത് പ്രവർത്തിക്കുകയും വേണം. ഈ തിരിച്ചറിവ് എന്നെ കൂടുതൽ കരയിപ്പിച്ചു.

ഞാൻ രാഹുൽ അങ്കിളിനെ വിളിക്കാൻ ഒരുങ്ങുകയായിരുന്നു. പക്ഷേ, ഞാൻ നമ്പർ ഡയൽ ചെയ്യുന്നതിന് മുമ്പ്, എനിക്ക് പെട്ടെന്ന് വീട്ടിലേക്ക് വരണമെന്നും അദ്വിക് 5 മിനിറ്റിനുള്ളിൽ എന്നെ പിക്ക് ചെയ്യുമെന്നും പറഞ്ഞു കൊണ്ട് അദ്ദേഹം തന്നെ എന്നെ വിളിച്ചു.

ഒരു പരിഭ്രമത്തോടെ ഞാൻ എന്റെ സ്വീകരണമുറിയുടെ നടുവിൽ നിന്നു. സത്യം പറഞ്ഞാൽ എന്ത് ചെയ്യണമെന്ന്

എനിക്കറിയില്ലായിരുന്നു.

കോളിംഗ് ബെല്ലിന്റെ റിംഗ് എന്നെ ചിന്തകളിൽ നിന്നും തിരിച്ചുകൊണ്ടുവന്നു. മറുവശത്ത് ആരാണെന്ന് അറിയാൻ എനിക്ക് വാതിൽ തുറക്കേണ്ടതില്ല. അത് അദ്വിക് ആണെന്ന് വ്യക്തം.

ഞാൻ വേഗം വിയർപ്പ് തുടച്ചു, എന്നിട്ട് വാതിൽ തുറക്കാൻ സാവധാനം നീങ്ങി. അവന്റെ മുന്നിൽ ആത്മവിശ്വാസത്തോടെ കാണാൻ ഞാൻ തീവ്രമായി ആഗ്രഹിക്കുന്നു.

ഞാൻ വാതിൽ തുറന്നയുടനെ, അവന്റെ പേശികളെ ഊന്നിപ്പറയുന്ന കറുത്ത ഫുൾകൈയുള്ള ടീ-ഷർട്ട് ധരിച്ച അവന്റെ നെഞ്ചുമായി എന്നെ കണ്ടുമുട്ടി. ആ കാഴ്ച എന്നിൽ ഇളം വിറയലുണ്ടാക്കി.

"അച്ഛൻ പറഞ്ഞതാ നിന്നെ കൂട്ടിക്കൊണ്ടു പോകാൻ...", അവൻ മറ്റൊരിടത്തേക്ക് നോക്കി പറഞ്ഞു.

"ഒരു മിനിറ്റ് തരൂ മിസ്റ്റർ റിഷ്", ഞാൻ എതിർത്തു, അത് അവന്റെ ഭാവത്തിൽ മാറ്റം വരുത്തി. അവൻ വീണ്ടും കല്ലായി മാറി. ഹാൻഡ്ബാഗും എടുത്ത് ഞാൻ വേഗം വാതിൽ പൂട്ടി അവനെ അനുഗമിച്ചു.

ഞങ്ങൾ രണ്ടുപേരും ലിഫ്റ്റിൽ കയറി ആ ഞെരുക്കമുള്ള സ്ഥലത്ത് അസ്വസ്ഥതയോടെ നിന്നു. പാർക്കിംഗ് സ്ഥലത്തേക്കുള്ള യാത്ര ശാശ്വതമായി തോന്നി. അതിനു ശേഷം അതേ കാറിൽ യാത്ര ചെയ്യാനുള്ള മറ്റൊരു ഭാഗ്യം കൂടി. അവൻ ഡ്രൈവർ സീറ്റിൽ ഇരുന്നു, ഞാൻ യാത്രക്കാരുടെ മുൻ സീറ്റിൽ കയറി. മാളികയിലേക്കുള്ള ഞങ്ങളുടെ യാത്ര തികച്ചും നിശ്ശബ്ദവും വിചിത്രവുമായിരുന്നു. ഞങ്ങൾ മാളികയിലെത്തി. അവൻ കാർ പാർക്ക് ചെയ്തയുടനെ, അസുഖകരമായ അന്തരീക്ഷത്തിൽ നിന്ന് രക്ഷപ്പെടാൻ ഞാൻ അതിൽ നിന്ന് ഇറങ്ങി.

മുൻവാതിലിൽ എത്തിയപ്പോൾ ഞാൻ ഡോർബെൽ അടിച്ചു. പക്ഷേ, വാതിൽ തുറക്കും മുൻപേ അവൻ എന്റെ അരികിൽ വന്നു നിന്നു.

വാതിൽ തുറന്നപ്പോൾ ഞാൻ ആശ്ചര്യപ്പെട്ടു. കതകിൽ പിടിച്ചുകൊണ്ട് എന്റെ മുന്നിൽ നിൽക്കുന്ന ആൾ വിറ്റയാണ്!! അതെ,

എന്റെ ഉറ്റ സുഹൃത്തും അ ദ്വികിന്റെ സഹോദരിയുമായ വിറ്റ. ദൈവമേ! അവൾ പാരീസിൽ ആയിരിക്കേണ്ടതല്ലേ?!

മറ്റൊന്നും ആലോചിക്കാതെ ഞാൻ സന്തോഷത്തിൽ അവളെ കെട്ടിപ്പിടിച്ചു. അവൾ ചിരിച്ചുകൊണ്ട് കുലുക്കി എന്നെ കൂടുതൽ മുറുകെ കെട്ടിപ്പിടിച്ചു. ഞാൻ അവളെ കണ്ടിട്ട് ആറ് വർഷമായി. ഞാൻ അവളെ ഒരുപാട് മിസ്സ് ചെയ്തു. പക്ഷേ, അദ്വിതി ന്റെ കാര്യം കാരണം എനിക്ക് അവളെ കാണാൻ തോന്നിയില്ല.

എന്നെ വല്ലാതെ മിസ് ചെയ്യുന്നു എന്ന് പറഞ്ഞിട്ട് അവൾ ചേട്ടനെ കെട്ടിപിടിച്ചു. പിന്നോട്ട് നടന്ന് അവൾ എന്നെയും ദ്വിയെയും കൗതുകത്തോടെ നോക്കി. അരികിൽ നിൽക്കുന്ന ഞങ്ങളെ കണ്ടപ്പോൾ അവളുടെ കണ്ണുകൾ സന്തോഷം കൊണ്ട് തിളങ്ങി. ഞങ്ങൾക്ക് വളരെ ആശയക്കുഴപ്പമുണ്ടാക്കുന്ന ഒരു വികൃതി പുഞ്ചിരി സമ്മാനിച്ച ശേഷം അവൾ പറഞ്ഞു,

"നിങ്ങൾ രണ്ടുപേരും ഇപ്പോൾ ഒരുമിച്ചാണെന്ന് എനിക്ക് മനസ്സിലായി... ഒടുവിൽ! ഇതിന് നിങ്ങൾ രണ്ടുപേരും വളരെയധികം സമയമെടുത്തു! എന്നാൽ ഞങ്ങൾ ഔദ്യോഗികമായി ഉടൻ ബന്ധപ്പെടുമെന്നതിൽ എനിക്ക് സന്തോഷമുണ്ട്, റിക്കാ... നിങ്ങൾ എന്റെ സഹോദരിയാകും "

"ഇല്ല... ഞങ്ങൾ ഒരുമിച്ചല്ല... നിങ്ങൾ തെറ്റിദ്ധരിച്ചിരിക്കുന്നു... ഞങ്ങൾ ജോലിയിൽ പരിചയമുള്ളവർ മാത്രമാണ്... "

എന്റെ വാചകം അവളുടെ പുഞ്ചിരി നിർത്തി, അവൾ എന്തൊക്കെയോ പിറുപിറുത്തു, 'ഇത്രയും വർഷങ്ങൾ കഴിഞ്ഞിട്ടും മനസ്സിലായില്ലേ ... മണ്ടന്മാരേ... കാത്തിരിപ്പ് മതി....'

ലിവിംഗ് റൂമിൽ കയറിയ ശേഷം അവൾ വീണ്ടും എന്റെയും ആ ദ്വികിന്റെയും നേരെ അഭിമുഖമായി.

"വെറുതെ ജോലി പരിചയമുള്ളവരുടെ കാര്യം എന്താണ്?! ഇതിനകം തന്നെ മികച്ച സുഹൃത്തുക്കളെപ്പോലെ പരസ്പരം കെട്ടിപ്പിടിക്കുക!", അവൾ വളരെ ഗൗരവമുള്ള ഭാവത്തോടെ പറഞ്ഞു.

ഈ വാക്കുകൾ എന്നെ ആറ് വർഷം മുമ്പുള്ള ഓർമ്മകളിലേക്ക് കൊണ്ടു പോയി. അന്നും അവൾ അതേ വാക്കുകൾ പറഞ്ഞു.

ആ ദ്വിക് മുറി വിട്ടു. അമ്മാവനും ആന്റിയും ഇരിക്കുന്ന ഡൈനിംഗ് റൂമിലേക്ക് ഞാനും വിറ്റയും അവനെ അനുഗമിച്ചു. അദ്വിതി ന്റെ നേരെ നേരെയുള്ള ഡൈനിംഗ് ടേബിളിൽ എന്റെ ഇരിപ്പിടം എടുത്ത ശേഷം ഞങ്ങൾ എല്ലാവരും ഭക്ഷണം കഴിക്കാൻ തുടങ്ങി.

ഭക്ഷണം കഴിച്ച് വിറ്റയും ഞാനും ദ്വിയും വിറ്റയുടെ കിടപ്പുമുറിയിൽ ഇരുന്ന് സംസാരിച്ചു. ദ്വിയെ ഞങ്ങളുടെ കൂടെ ഇരുന്ന് സംസാരിക്കാൻ വിറ്റ നിർബന്ധിച്ചു. വിറ്റ ലവ് സീറ്റ് എടുത്തപ്പോൾ, വളരെ ചെറിയ രണ്ട് സീറ്റുള്ള സോഫയിൽ അദ്വിതി നൊപ്പം ഇരിക്കാൻ ഞാൻ നിർബന്ധിതയായി. വളരെ അടുത്ത സാമീപ്യം എന്നെ ഭ്രാന്തയാക്കാൻ പര്യാപ്തമായിരുന്നു. ഞാൻ ഹാൻഡ് റെസ്റ്റിൽ പറ്റി നിന്നു.

പാരീസിലെ അവളുടെ ഫാഷൻ ഷോകളെക്കുറിച്ചും പുതിയ വസ്ത്ര നിരയുടെ ലോഞ്ചിനെക്കുറിച്ചും വിറ്റ സംസാരിച്ചു കൊണ്ടേയിരിക്കുമ്പോൾ, ദ്വിയുമായുള്ള എന്റെ ബന്ധത്തിന് ഉണ്ടാകാവുന്ന വിവിധ സാധ്യതകളാൽ എന്റെ മനസ്സ് മേഘാവൃതമായിരുന്നു.

ഇടയ്ക്കിടെ തുടകൾ എന്റെ തുടയിൽ തേക്കുന്നത് കൂടുതൽ എന്നെ കൂടുതൽ അസ്വസ്ഥയാക്കുകയും ഓരോ തവണയും എന്റെ ശ്വാസം മുട്ടുകയും ചെയ്തു. ആദ്യം, സ്പർശനം തികച്ചും ആകസ്മികമായിരുന്നു. പക്ഷേ, ക്രമേണ, ഇത് മനഃപൂർവം ചെയ്തതാണെന്ന് എനിക്ക് തോന്നി.

പെട്ടെന്ന് എന്റെ അരക്കെട്ടിൽ വലം വെച്ച് എന്നെ അവനിലേക്ക് അടുപ്പിച്ചു. വാസ്തവത്തിൽ, ഞങ്ങൾക്കിടയിൽ ഒരു മുടിയുടെ വിടവ് പോലും ഇല്ലായിരുന്നു. ഇത് എന്റെ ഹോർമോണുകളെ റോക്കറ്റാക്കി, എന്റെ ഹൃദയത്തെ കുലുക്കി. പക്ഷേ, എന്റെ വികാരങ്ങൾ അയഞ്ഞുപോകാൻ എനിക്ക് കഴിയില്ലെന്നും ഞാൻ ഒരു പെൺകുട്ടിയേക്കാൾ വളരെ മികച്ചവളാണെന്നും ഞാൻ എന്നെത്തന്നെ ഓർമ്മിപ്പിച്ചു.

അതിനാൽ, ഞാൻ അവന്റെ കൈ തട്ടിമാറ്റി എഴുന്നേൽക്കാൻ ശ്രമിച്ചു. പക്ഷെ അവൻ ഞാൻ വിചാരിച്ചതിലും വേഗത്തിലായിരുന്നു. അവൻ അവന്റെ മറ്റേ കൈ കൊണ്ട് എന്റെ കൈകൾ പിടിച്ചെടുത്തു, കൂടാതെ, ഭയങ്കരമായി അവന്റെ കാൽ എന്റെ കൈയിൽ വെച്ചു.

അതിനു ശേഷം അവൻ എന്റെ മുഖത്ത് നോക്കി ചിരിച്ചു. അതൊരു ചൂടുള്ള വിജയ ചിരി ആയിരുന്നു.

ഉടനേ അടുത്തുള്ള വിശ്രമമുറിയുടെ വാതിൽ തുറക്കുന്ന ശബ്ദം ഞങ്ങൾ കേട്ടു. അങ്ങനെ, അവൻ തന്റെ കൈകൾ പിൻവലിച്ച് സാധാരണ നിലയിലേക്ക് മടങ്ങി. പക്ഷെ എന്റെ ഞെട്ടലിൽ നിന്ന് അത്ര പെട്ടെന്ന് പുറത്തുവരാൻ എനിക്ക് കഴിഞ്ഞില്ല!

പിന്നെ, വിറ്റ മടങ്ങിയെത്തിയപ്പോൾ, അവൻ ചില മുടന്തൻ കാരണം പറഞ്ഞു മുറി വിട്ടു. അപ്പോഴെല്ലാം അവൾ അവളുടെ ഷോയെക്കുറിച്ച് സംസാരിക്കുമ്പോൾ, എന്റെ മനസ്സിനെ കടന്നാക്രമിച്ച ചിന്തകളെ എനിക്ക് തടയാൻ കഴിഞ്ഞില്ല.

എന്താണ് അവന്റെ ഉദ്ദേശം ? ഇന്ന് രാവിലെ തന്നെ ഞങ്ങൾ തർക്കിക്കുകയായിരുന്നു , ഞാൻ അവന്റെ ഉദ്ദേശ്യത്തെ പോലും അപമാനിച്ചു ... ഞങ്ങൾ കാറിലിരിക്കുമ്പോൾ പോലും ദേഷ്യപ്പെട്ടിരുന്നു ... പക്ഷേ ഇപ്പോൾ അവൻ... ദൈവമേ !!! എനിക്ക് ആശയക്കുഴപ്പം... ഞാൻ അവനു വേണ്ടത് നിഷേധിച്ചതു കൊണ്ടാണോ അവൻ ഇങ്ങനെ പെരുമാറുന്നത് ? അത് തന്നെ ആയിരിക്കണം !

കുറച്ചു കഴിഞ്ഞപ്പോൾ ഞാനും റിഷും അവരുടെ പുറകിലെ നടുമുറ്റത്ത് ഇരുന്നു സംസാരിച്ചു തുടങ്ങി.

"ഇവന് ഇതുവരെ ഒരു കാമുകി പോലും ഉണ്ടായിരുന്നില്ല..", രാഹുൽ അമ്മാവൻ ദ്വിയെ കളിയാക്കി പറഞ്ഞു.

ആ വാക്കുകൾ എന്റെ തലയിലേക്ക് ആഴ്ന്നിറങ്ങാൻ തുടങ്ങിയപ്പോൾ, ഞാൻ അക്ഷരാർത്ഥത്തിൽ എന്റെ മനസ്സിൽ 'എന്ത്' എന്ന് വിളിച്ചുപറഞ്ഞു. പ്രതീക്ഷയുടെ ഒരു ചെറിയ തീപ്പൊരി എന്റെ ഉള്ളിൽ തെളിഞ്ഞു. ഇതാണ് എന്റെ പ്രശ്നം. എന്റെ ഹൃദയം ഒരു കാര്യം ആഗ്രഹിക്കുന്നു, തലച്ചോറിന്റെ യുക്തിപരമായ വശം മറ്റൊന്ന് ആഗ്രഹിക്കുന്നു.

എന്തായാലും, പുതിയ കൗതുകത്തോടെ, വിഷയം പരിശോധിക്കാൻ ഞാൻ തീരുമാനിച്ചു.

"ബഹുമാന്യനായ ഒരാളുടെ മറവിൽ നിങ്ങളുടെ മകൻ ഒരു സർട്ടിഫൈഡ് പ്ലേബോയ് ആയിരിക്കാം...", ഞാൻ ചോദ്യം ചെയ്തു.

"എനിക്ക് ഉറപ്പിക്കാം, കാരണം അവനെ ഇഷ്ടപ്പെട്ട പെൺകുട്ടികൾ എന്റെയും അമ്മയുടെയും അടുത്ത് നേരിട്ട് വന്ന് അവരെ സഹായിക്കാറുണ്ടായിരുന്നു", വിറ്റ ചിരിച്ചു കൊണ്ട് പറഞ്ഞു.

അവരുടെ വാക്കുകൾ എന്റെ തലയിൽ പതിഞ്ഞപ്പോൾ, എന്റെ തല പെട്ടെന്ന് അദിതി ലേക്ക് തിരിഞ്ഞു. നാണം കൊണ്ട് അവന്റെ ചെവികൾ പിങ്ക് നിറമായിരുന്നെങ്കിലും അവന്റെ മുഖത്ത് ഒരു രസമുണ്ടായിരുന്നു. അവരുടെ വാക്കുകൾ വീണ്ടും എന്റെ മനസ്സിൽ നിറഞ്ഞു.

ഇതുവരെ ഒരു കാമുകി ഉണ്ടായിരുന്നില്ലേ?! അവൻ എല്ലാ പെൺകുട്ടികളെയും നിരസിച്ചു ?! ഏറ്റവും പ്രധാനമായി, അവൻ ഒരു പ്ലേബോയ് അല്ല ?

"ഓ! നീയെന്താ ആരോടും ഡേറ്റ് ചെയ്യാത്തത് ?! എന്തെങ്കിലും പ്രത്യേക കാരണം?!", ഞാൻ അവനോട് ചോദിച്ചു, നിസ്സംഗയായി അഭിനയിച്ചു.

"അതെ! ഒരു കാരണമുണ്ട്! ഞാൻ ആരുമായും ഡേറ്റ് ചെയ്തിട്ടില്ല, കാരണം എനിക്ക് ഇഷ്ടമുള്ള ഒരാളുണ്ട്, ഈ പെൺ കുട്ടികൾക്കൊന്നും അവളുമായി പൊരുത്തപ്പെടാൻ കഴിയില്ല", അവന്റെ കണ്ണുകളിൽ പ്രണയം തിളങ്ങുന്ന എന്തോ ഒന്ന് കണ്ടു.

അവന്റെ വാക്കുകളും ഭാവവും ആരോ എന്റെ മേൽ തണുത്ത വെള്ളം ഒഴിച്ച പോലെ തോന്നി. അസൂയ കൊണ്ട് എന്റെ ഉള്ളം കത്തുന്നതായി എനിക്ക് തോന്നി, എന്റെ ഹൃദയം സങ്കടവും വേദനയും കൊണ്ട് ഭാരമായി. അടുത്ത നിമിഷത്തിൽ , ചിലരോട് എനിക്ക് അസൂയ തോന്നുന്നു അജ്ഞാത പെൺകുട്ടി ... !!

ഞാൻ ഊഹിച്ചു, എന്റെ മുഖം എന്റെ ഉള്ളിലെ വികാരങ്ങളെ ചിത്രീകരിച്ചു. ഒരു നിമിഷം കൊണ്ട് അമ്മായി എന്നോട് ചോദിച്ചു എന്താ പറ്റിയത്.

ആ നിമിഷം ഒരു ന്യായീകരണം പറയാൻ കഴിയാതെ ഞാൻ കാരണം 'അസിഡിറ്റി' എന്ന് പറഞ്ഞു.

അവർ എന്നെ അൽപ്പം പോലും വിശ്വസിച്ചില്ലെന്ന് മറ്റുള്ളവരുടെ മുഖഭാവം വെളിപ്പെടുത്തി.

"ഓ! എന്റെ കൂടെ വാ... ഞാൻ മരുന്ന് തരാം...", ഒരു കളിയാക്കൽ പുഞ്ചിരിയോടെ ആ ദ്വിക് എഴുന്നേറ്റു.

തർക്കങ്ങളും സംശയങ്ങളും ഒഴിവാക്കാൻ, ഞാൻ അവനെ പിന്തുടരാൻ തീരുമാനിച്ചു. അവൻ തന്റെ എല്ലാ പുരുഷത്വത്തോടെയും ഇടനാഴിയിലൂടെ നടന്ന് നേരിട്ട് ഒന്നാം നിലയിലെ തന്റെ മുറിയിലേക്ക് പോയി. ചുറ്റുപാടുകൾ മറന്ന് അവൻ നടക്കുമ്പോൾ അവന്റെ പേശികൾ വളയുന്നത് കണ്ട് മയങ്ങി, വഴിതെറ്റിയ ഒരു നായ്ക്കുട്ടിയെപ്പോലെ ഞാൻ അവനെ പിന്തുടർന്നു.

ഞങ്ങൾ മുറിയിൽ പ്രവേശിച്ചയുടനെ അവൻ വാതിലടച്ച് വയറിൽ പിടിച്ച് ചിരിക്കാൻ തുടങ്ങി. കാരണം എനിക്ക് മനസ്സിലാക്കാൻ കഴിയുന്നില്ല. അങ്ങനെ, ഞങ്ങൾ കുട്ടിയായിരുന്നപ്പോൾ എന്നപോലെ, അവൻ ചിരിക്കുന്നതും നോക്കി ഞാൻ അവിടെ നിന്നു.

ദ്വി എപ്പോഴും സന്തോഷവാനായ കുട്ടിയായിരുന്നു, അതാണ് കുട്ടിക്കാലത്ത് എന്നെ അവനോട് അടുപ്പിച്ചത്. അവന്റെ കൂടെയുള്ളത് എന്നെ സന്തോഷിപ്പിച്ചു.

അവന്റെ ചിരിയിൽ എന്റെ ചിന്തകൾക്ക് വിരാമമിട്ടു, ഞാൻ എന്റെ സ്വപ്ന ഭൂമിയിൽ നിന്ന് വർത്തമാന കാലത്തിലേക്ക് മടങ്ങി. അവന്റെ ചിരിയുടെ പിന്നിലെ കാരണം എനിക്കിപ്പോഴും അറിയില്ല എന്ന് അപ്പോഴാണ് എനിക്ക് മനസ്സിലായത്.

"ശരിക്കും?! അസിഡിറ്റി?!", അവൻ കൂടുതൽ ചിരിച്ചു കൊണ്ട് പറഞ്ഞു.

ഞാൻ പ്രതിരോധത്തിൽ നിന്നുകൊണ്ട് അവനോട് പറഞ്ഞു,

"അതെ! അസിഡിറ്റി! എനിക്ക് മരുന്ന് തരാമോ മിസ്റ്റർ റിഷ്?!", ഗൗരവമായ മനോഭാവത്തോടെ ഞാൻ അവനെ മിസ്റ്റർ റിഷ് എന്ന് അഭിസംബോധന ചെയ്തപ്പോൾ, അവന്റെ ചിരി തൽക്ഷണം മരിക്കുകയും അവന്റെ ഭാവം നേരെയാവുകയും ചെയ്തു. കളിയാക്കൽ ഭാവത്തിലേക്ക് മടങ്ങുന്നതിന് മുമ്പ് അവന്റെ മുഖം നിശ്ചലമായി.

"തീർച്ചയായും മിസ്. ശ്രിനികിത്!", ഒരു പുഞ്ചിരിയോടെ പറഞ്ഞുകൊണ്ട് അവൻ തന്റെ കട്ടിലിന് സമീപമുള്ള മേശയുടെ അടുത്തേക്ക് ചെന്നു.

അപ്പോഴാണ് ഞാൻ അവന്റെ കുട്ടിക്കാലത്തെ മുറിയിൽ നിൽക്കുകയാണെന്ന് മനസ്സിലായത്. ഞങ്ങൾ രണ്ടുപേരും കളിച്ചിരുന്ന അതേ മുറി. ഞങ്ങളുടെ ആയിരക്കണക്കിന് ഓർമ്മകൾ സൂക്ഷിക്കുന്ന അതേ മുറി.

ആ നിമിഷം എനിക്ക് മനസ്സിലായി, എനിക്ക് അവനോട് ശരിക്കും ദേഷ്യമൊന്നുമില്ലെന്നും ഞാൻ അവനെ വെറുത്തിട്ടില്ലെന്നും. അവൻ എന്നെ ഒരുപാട് വേദനിപ്പിച്ചിട്ടും എനിക്ക് അവനെ വെറുക്കാൻ കഴിയില്ല.

"അപ്പോൾ നിങ്ങൾ പറഞ്ഞ ആ നിർഭാഗ്യവതി ആരാണ്?!", എന്റെ അസൂയ വെളിപ്പെടില്ല എന്ന പ്രതീക്ഷയിൽ ഞാൻ ശാന്തമായ ഭാവത്തിൽ അവനോട് ചോദിച്ചു.

എന്റെ ചോദ്യം കേട്ട് അവൻ ഒന്ന് ചിരിച്ചു. മറുപടി പറയുന്നതിനുപകരം, വികാരഭരിതമായ മുഖഭാവത്തോടെ അവൻ എന്റെ അടുത്തേക്ക് വന്നു. അവന്റെ ഭ്രമണപഥങ്ങൾ എന്റെ ഉള്ളിലേക്ക് കൂടുതൽ ആഴത്തിൽ നോക്കി.

എന്റെ അടുത്ത് വന്നിട്ടും അവന്റെ ചുവടുകൾ നിന്നില്ല. അവൻ കൂടുതൽ അടുത്ത് വന്നപ്പോൾ ഞാൻ ഒരടി പിന്നോട്ട് പോയി. പക്ഷെ അത് എന്നെ കൂടുതൽ ചിരിപ്പിച്ചു. അവൻ എനിക്ക് നേരെ വയ്ക്കുന്ന ഓരോ ചുവടിലും ഞാൻ ഒരടി പിന്നോട്ട് പോയി.

ഞാൻ അവനും മതിലിനുമിടയിൽ കോണാകുന്നതുവരെ അവൻ നിന്നില്ല. അവൻ എന്റെ ഇരുവശങ്ങളിലും കൈകൾ ഭിത്തിയിൽ വച്ചു, ഞാൻ രക്ഷപ്പെടുന്നത് തടഞ്ഞു. ഞങ്ങൾക്കിടയിൽ കുറച്ചു സ്ഥലം വിടാൻ വേണ്ടി ഞാൻ ഭിത്തിയിൽ പ്ലാസ്റ്റർ ചെയ്യാൻ ശ്രമിച്ചു. പക്ഷേ, അത് സാധ്യമായില്ല.

ഞാൻ ശ്വാസം മുട്ടാൻ തുടങ്ങി. അവന്റെ കണ്ണുകളിലേക്ക് നോക്കുന്നത് എന്നെ കൂടുതൽ വഷളാക്കി. ഞങ്ങൾക്കിടയിലെ ആകർഷണം എനിക്ക് നിഷേധിക്കാനാവില്ല. എന്റെ മനസ്സ് കലങ്ങാൻ തുടങ്ങി. അവൻ അവന്റെ മുഖം എന്റെ മുഖത്തേക്ക് അടുപ്പിച്ചു. ഇല്ല, അവൻ ഞങ്ങളുടെ ചുണ്ടുകൾ ചേർത്തില്ല ! അവന്റെ ചുണ്ടുകൾ എന്റെ ചെവിയോട് ചേർന്നു, അവന്റെ ശ്വാസം എന്റെ ചെവിയിലും കഴുത്തിലും ഇക്കിളിപ്പെടുത്തുന്നു, എന്റെ നട്ടെല്ലിൽ ഒരു വിറയൽ

അവശേഷിപ്പിച്ചു. എന്നിട്ട് മന്ത്രിച്ചു.

"ഞാൻ അവളുടെ അടുത്തേക്ക് ചെല്ലുമ്പോൾ വിറയ്ക്കുന്നത് ആ ഭാഗ്യമില്ലാത്ത പെൺകുട്ടിയാണ്!".

അതോടെ അവൻ ചിരിച്ചു കൊണ്ട് പിൻവാങ്ങി. ഒന്നും ഗ്രഹിക്കാനാകാതെ അന്ധാളിച്ച് ഞാനെന്റെ സ്ഥാനത്ത് തന്നെ നിന്നു.

"അസിഡിറ്റിക്കുള്ള മരുന്ന് ഞാനിവിടെ വെച്ചിട്ടുണ്ട്... നീ എന്റെ മുന്നിൽ എടുത്ത് നടിക്കാതിരിക്കാൻ ഞാൻ റൂം വിടുകയാണ്...", ഇതും പറഞ്ഞ് അവൻ ഒരു കളിയാക്കൽ ചിരിയോടെ മുറി വിട്ടു.

അതിനുശേഷം മാത്രമാണ് ഞാൻ എന്റെ സ്ഥിരമായ അവസ്ഥയിലേക്ക് തിരിച്ചെത്തിയത്.

ഇല്ല, ഞാനൊരു മണ്ടിയല്ല !! അവൻ അടുത്തു ചെല്ലുമ്പോൾ ഓരോ പെൺകുട്ടിയും കിതച്ചു വിറയ്ക്കും.

എന്തായാലും പിന്നീടുള്ള ചിന്തകൾ ഉപേക്ഷിച്ച് ഞാൻ മുറിയിൽ നിന്നും മറ്റുള്ളവരോടൊപ്പം സ്വീകരണമുറിയിലേക്ക് ഇറങ്ങി. കൂടുതൽ സംസാരിച്ചതിന് ശേഷം, അദ്വിക്കും ഞാനും ഞങ്ങളുടെ പെന്റ്ഹൗസിലേക്ക് പോകാൻ തീരുമാനിച്ചു.

അവസാനം ഞങ്ങൾ ഞങ്ങളുടെ കെട്ടിടങ്ങളിൽ എത്തിയപ്പോൾ അവൻ കാർ തന്റെ പാർക്കിംഗ് സ്ഥലത്ത് നിർത്തി. അവനോട് നന്ദി പറയാൻ ഞാൻ വേഗം അവന്റെ അരികിലേക്ക് തിരിഞ്ഞു, ഈ അടച്ചിട്ട പ്രദേശത്ത് നിന്ന് പുറത്തുകടന്നു. പക്ഷേ, അവന്റെ മുഖത്തേക്ക് നോക്കിയപ്പോൾ, എന്റെ മനസ്സ് ശൂന്യമായി.

അറിയാതെ ഞങ്ങൾ രണ്ടു പേരും കൂടി അടുത്തു. വളരെ അടുത്ത് അവന്റെ ശ്വാസം എന്റെ മുഖത്ത് അനുഭവപ്പെട്ടു. അവന്റെ ചുണ്ടുകളിലേക്ക് നോക്കാൻ എനിക്ക് കണ്ണുകൾ താഴ്ത്താതിരിക്കാൻ കഴിയില്ല. ഞങ്ങൾക്കിടയിൽ ഒരു മുടിയുടെ വിടവ് മാത്രം. പക്ഷേ, ചുണ്ടുകൾ തുടയ്ക്കുന്നതിന് മുമ്പ്, അദ്വിതി ന്റെ ഫോൺ ഞങ്ങളെ മയക്കത്തിൽ നിന്ന് തിരികെ കൊണ്ടുവന്നു!

ഞങ്ങൾ രണ്ടുപേരും പെട്ടെന്ന് പിൻവാങ്ങി. ഞാൻ നാണം കൊണ്ട് ചുവന്നു തുടുത്തപ്പോൾ അദ്വിതി ന്റെ മുഖത്ത് പ്രകോപനം ഉണ്ടായിരുന്നു. അവൻ കോൾ എടുത്തു.

'ഹലോ!' അവന്റെ കമാൻഡിംഗ് ടോണിൽ ഒരുപാട് ദേഷ്യം നിറഞ്ഞു.

നാണക്കേട് കാരണം അവനെ അഭിമുഖീകരിക്കാൻ ധൈര്യപ്പെടാതെ ഞാൻ പെട്ടെന്ന് 'ബൈ' പറഞ്ഞുകൊണ്ട് എന്റെ അപ്പാർട്ട്മെന്റിലേക്ക് നീങ്ങി.

ഞാൻ, എന്റെ ഭൂതകാലത്തെ മറക്കാൻ ശ്രമിക്കും, അത് അസാധ്യമാണെങ്കിലും, ജീവിതത്തിന്റെ ഒഴുക്കിനൊപ്പം ഞാൻ മുന്നോട്ട് പോകും.

നാളത്തെ സന്തോഷകരമായ ഒരു തുടക്കത്തിന്റെ പ്രതീക്ഷയോടെ, ആ അത്ഭുതകരമായ നീലക്കണ്ണുള്ള മനുഷ്യന്റെ സ്വപ്നങ്ങളാൽ നിറഞ്ഞ ശാന്തമായ ഉറക്കത്തിലേക്ക് ഞാൻ നീങ്ങി!

രാഹുൽ അങ്കിളിന്റെ വിളി കേട്ടാണ് ഞാൻ രാവിലെ ഉണർന്നത്. ഞാൻ അതെടുത്തപ്പോൾ അദ്ദേഹം പറഞ്ഞു

" ഇന്ന് മുതൽ, നിങ്ങൾ പരസ്പരം അടുത്ത് താമസിക്കുന്നതിനാൽ ദ്വി നിങ്ങളെ ഓഫീസിലും വീട്ടിലും അങ്ങോട്ടും ഇങ്ങോട്ടും കൊണ്ടുപോകും. അതിനാൽ തയ്യാറായി അവനുവേണ്ടി കാത്തിരിക്കൂ". അതോടെ ചില ജോലികൾ തീർക്കാനുള്ള തിടുക്കത്തിൽ കോൾ കട്ട് ചെയ്തു.

ഒരു നെടുവീർപ്പോടെ ഞാൻ കട്ടിലിൽ നിന്ന് എഴുന്നേറ്റു, എന്റെ പ്രഭാത കർത്തവ്യങ്ങളെല്ലാം ചെയ്തു, വസ്ത്രം ധരിച്ച് പ്രഭാതഭക്ഷണം കഴിച്ചു. ഇപ്പോൾ, ഞാൻ എന്റെ സ്വീകരണമുറിയിലെ സോഫയിൽ ഇരുന്നു, അദ്വിതി നായി കാത്തിരിക്കുകയാണ്.

പെട്ടെന്നാണ് ദ്വിയുടെ വരവ് അറിയിച്ച് വാതിലിൽ ഒരു മുട്ട് കേട്ടത്. ഞാൻ വേഗം വാതിൽ തുറന്നു, അവൻ ക്ഷണമില്ലാതെ ഗാംഭീര്യത്തോടെ എന്റെ പെന്റ്ഹൗസിലേക്ക് നടന്നു, ഞാൻ വാതിലിനടുത്ത് അമ്പരന്നു നിന്നു. ഞാൻ മുമ്പ് ഇരുന്ന സോഫയിൽ അവൻ ഇരിപ്പിടം എടുത്തു, വലതു കാൽ ഇടത് തുടയുടെ മുകളിൽ വെച്ചുകൊണ്ട്.

ഞാൻ അദ്ദേഹത്തിന് കാപ്പി വാഗ്ദാനം ചെയ്തു, അത് അദ്ദേഹം പെട്ടെന്ന് സ്വീകരിച്ചു. അപ്പോഴെല്ലാം, എന്റെ ഓരോ ചലനങ്ങളും ശ്രദ്ധിച്ചുകൊണ്ട്, എന്നെ അസ്വസ്ഥയാക്കിക്കൊണ്ട് അവന്റെ

കണ്ണുകൾ എന്നെ പിന്തുടരുന്നു. ഒടുവിൽ, എന്റെ ക്ഷമ അതിന്റെ സാച്ചുറേഷൻ പോയിന്റിൽ എത്തിയപ്പോൾ, ഞാൻ അവനോട് ചോദിക്കാൻ തീരുമാനിച്ചു.

"തുറന്ന് നോക്കുന്നത് മര്യാദയില്ലാത്തതാണെന്ന് നിങ്ങൾക്കറിയാം, അല്ലേ!?"

ഇത് അവനെ വിചിത്രമായി പുഞ്ചിരിച്ചു. തീർച്ചയായും അവനിൽ നിന്ന് ഞാൻ പ്രതീക്ഷിച്ച പ്രതികരണമല്ല. ഈ മനുഷ്യൻ ഒരു നിഗൂഢതയാണ്.

"നിങ്ങൾക്ക് എന്നെ കുറ്റപ്പെടുത്താൻ കഴിയില്ല ... ഒരു കലാസ്നേഹിയായ എനിക്ക് കലാസുന്ദരികളെ ശ്രദ്ധിക്കാതിരിക്കാൻ കഴിയില്ല...", അവൻ ഒരു ഫ്ലർട്ടിംഗ് സ്വരത്തിൽ പറഞ്ഞു.

അവൻ പറഞ്ഞ കാര്യങ്ങൾ എന്റെ ഹൃദയത്തെ ഇളക്കിമറിച്ചു.

"തീർച്ചയായും! നീ പല പെൺകുട്ടികളോടും പറഞ്ഞിട്ടുണ്ടാകും!", ഞാൻ പരിഹസിച്ചുകൊണ്ട് മറുപടി പറഞ്ഞു.

"തീർച്ചയായും ഇല്ല! നിങ്ങൾ മാത്രം!", അവൻ മറുപടി പറഞ്ഞു.

അവന്റെ പുഞ്ചിരി അക്ഷരാർത്ഥത്തിൽ എന്നെ മരവിപ്പിച്ചു. ആയിരക്കണക്കിന് വികാരങ്ങൾ എന്നിലേക്ക് ഓടിയെത്തി. ഞാൻ വീണ്ടും കൗമാരപ്രായത്തിലാണെന്ന മട്ടിൽ എന്റെ ഹൃദയം തുടിച്ചു.

എന്റെ മനസ്സ് മേഘാവൃതമായി. എനിക്ക് വിചിത്രമായ സന്തോഷം തോന്നി. എന്റെ മുഖത്തിനു മുന്നിൽ അവന്റെ വിരലുകൾ ചലിപ്പിച്ചാണ് എന്നെ ഭൂമിയിലേക്ക് തിരികെ കൊണ്ടുവന്നത്.

അവന്റെ മുഖത്ത് എല്ലാം അറിയാവുന്ന ചമ്മൽ കണ്ടപ്പോൾ നാണം കൊണ്ട് ഞാൻ ചുവന്നു തുടുത്തു. ഇത് അവനെ കൂടുതൽ അഹങ്കാരത്തോടെ ചിരിപ്പിച്ചു.

" കഴിഞ്ഞ വർഷം നടന്ന ഒരു കാര്യത്തെ കുറിച്ച് ഞാൻ ചിന്തിക്കുകയായിരുന്നു!", ഞാൻ പെട്ടെന്ന് സ്വയം പ്രതിരോധിക്കാൻ ശ്രമിച്ചു.

"നമ്മൾ കള്ളം പറയുന്നത് അത്ര നല്ലതല്ല! ?!", അയാൾ പറഞ്ഞു.

ഒന്നും ആലോചിക്കാനാവാതെ ഞാൻ ഒന്ന് മൂളി, "ഞാൻ നിങ്ങളുടെ പ്രിയതമയല്ല, മിസ്റ്റർ റിഷ്"

മറുപടി പറയുമ്പോൾ അവന്റെ മുഖത്ത് ചിരി തങ്ങി നിന്നു. "ഓ, എന്നെ വിശ്വസിക്കൂ! നീ എന്റെ പ്രണയിനി മാത്രമല്ല!"

അവന്റെ കണ്ണുകൾ എന്റെ ചലനത്തെ പിടിച്ചു, അവന്റെ നോട്ടം എന്റെ കൈകളിലേക്ക് നീങ്ങി.

"നിങ്ങളുടെ പൊള്ളത്തരം നിങ്ങളുടെ പ്രവൃത്തിയിൽ അഭിമാനിക്കുന്നു എന്ന പ്രതീതിയാണ് എനിക്ക് നൽകുന്നത്.."

"നിനക്കെന്നെ കുറ്റം പറയാൻ പറ്റില്ലല്ലോ... എല്ലാത്തിനുമുപരി, ഞാൻ ആരോഗ്യമുള്ള ഒരു മനുഷ്യനാണ്... കൂടാതെ ഇവിടെ രണ്ട് പോയിന്റുകൾ ശ്രദ്ധിക്കേണ്ടതാണ്. ഒന്ന്, ഞാൻ മറ്റൊരു പെൺകുട്ടിയെ വികൃതമായ അർത്ഥത്തിൽ കാണുന്നില്ല എന്നതാണ്... നീ മാത്രം.. രണ്ടാമതായി "

അവൻ അടുത്ത കാര്യം ലിസ്റ്റ് ചെയ്യുന്നതിനുമുമ്പ് "ഇത് ഞാൻ മാത്രമാണെന്നത് എന്നെ സുഖപ്പെടുത്തേണ്ടതുണ്ടോ?!", ഞാൻ നെറ്റി ഉയർത്തി ചോദിച്ചു.

"തീർച്ചയായും , അത് വേണം! നിങ്ങൾക്കറിയാമോ! നിങ്ങൾ ഇപ്പോൾ എന്റെ പുരുഷ അഹംബോധത്തെ തകർക്കുകയാണ് ", അത് ഒരു വസ്തുതയാണെന്ന മട്ടിൽ അദ്ദേഹം പറഞ്ഞു, പൊട്ടിത്തെറിക്കാൻ ശ്രമിച്ചു.

അവന്റെ പ്രവൃത്തികൾ എന്റെ ഹൃദയത്തെ കൂടുതൽ വല്ലാതെ ചലിപ്പിച്ചു. 24 വയസ്സുള്ള ഒരാൾക്ക് എങ്ങനെ ഇത്ര സുന്ദരനാകാൻ കഴിയും?!

ഞാൻ കൂടുതൽ മറുപടി പറയുന്നതിന് മുമ്പ്, അവൻ തുടർന്നു. "ഇനി, വരൂ! രണ്ടാമത്തെ കാര്യം എന്നോട് ചോദിക്കൂ!"

"ഞാൻ നിന്നോട് ചോദിച്ചില്ലെങ്കിൽ നീ എന്നെ വിട്ടുപോകും പോലെ!" , ഞാൻ ഒരു മൂളലോടെ പറഞ്ഞു എന്നിട്ട് അവനോട് അതിനെ കുറിച്ച് പറയാൻ ആവശ്യപ്പെട്ടു.

"എന്നെ കുറ്റപ്പെടുത്താതിരിക്കാനുള്ള രണ്ടാമത്തെ കാരണം, ഉറക്കെ കരഞ്ഞതിന് ഒരാൾക്ക് എത്രനാൾ കന്യകനായി തുടരാനാകും?! 24 വയസ്സായിട്ടും 'അത്' ചെയ്യാത്ത ഒരാളെക്കുറിച്ച് നിങ്ങൾ എപ്പോഴെങ്കിലും കേട്ടിട്ടുണ്ടോ?!

ഇപ്പോൾ ഒന്നു കാണുന്നു! ഇതാ ഞാൻ നിൽക്കുന്നു, നിങ്ങളുടെ മുൻപിൽ!", അവൻ മുഖത്ത് വ്യാഖ്യാനിക്കാൻ കഴിയാത്ത

വികാരത്തോടെ പറഞ്ഞു.

അവന്റെ വാക്കുകൾ എന്നെ കൂടുതൽ സന്തോഷിപ്പിച്ചു. എന്റെ ഹൃദയത്തിലും വയറ്റിലും ചിറകടി കാടുകയറി. അവൻ എന്റെ സ്വന്തം രജിസ്റ്റർ ചെയ്ത സ്വത്താണെന്ന് എനിക്ക് തോന്നി. വിലമതിക്കാൻ എന്റേത് മാത്രം!

എന്റെ ധാർമ്മിക മൂല്യങ്ങളെക്കുറിച്ച് സ്വയം ചോദ്യം ചെയ്യാനും പകരം അവന്റെ കാപ്പി നൽകാൻ ഞാൻ തീരുമാനിച്ചു.

ആദ്യത്തെ കാപ്പി കുടിച്ചപ്പോൾ അവന്റെ മുഖഭാവം അമ്പരന്നു.

"കൊള്ളാം! ലോകത്തിലെ ഏറ്റവും മികച്ച കാപ്പി നിങ്ങൾ ഉണ്ടാക്കുന്നു! അത് എന്നെ മുകളിലെ സ്വർഗ്ഗത്തിലെത്തിക്കുന്നു!", അവൻ ആവേശഭരിതമായ പുഞ്ചിരിയോടെ എന്നെ പ്രോത്സാഹിപ്പിച്ചു.

അദ്ദേഹത്തിന്റെ ആവേശവും പ്രോത്സാഹനവും എന്നെ ശരിക്കും സന്തോഷിപ്പിച്ചു.

കാപ്പികുടി കഴിഞ്ഞ് ഞങ്ങൾ അവന്റെ കാറിലേക്ക് പോയി. അവന്റെ ഡ്രൈവർ ഞങ്ങൾക്ക് മാന്യമായ ഒരു അഭിവാദ്യം നൽകി ഞങ്ങൾക്കായി വാതിൽ തുറന്നു.

ഞങ്ങൾ കയറിയ ഉടനെ, അദ്വിക് എന്റെ ഇഷ്ടത്തിന് വളരെ അടുത്ത് തന്നെ ഇരുന്നു, അത് ഹൃദയമിടിപ്പ് ഉണ്ടാക്കി.

ഒരു ഭീരുവാണെന്ന് തോന്നിപ്പിക്കുന്നതിന് പകരം, ഞാൻ എന്റെ 'ഇത് കൊണ്ടുവരിക' എന്ന മനോഭാവം ഇട്ടു അവിടെ ഇരുന്നു.

ഒരിക്കൽ ഈ സാമീപ്യം ശീലിച്ചാൽ എന്റെ ഹൃദയം മിടിക്കില്ല എന്ന് സ്വയം ആശ്വസിപ്പിക്കാൻ പോലും ഞാൻ പോയി. എല്ലാത്തിനുമുപരി, 4 ദിവസമേ ആയിട്ടുള്ളൂ, ഇതെല്ലാം പരിഭ്രാന്തി മാത്രമാണ്.

4

"സ്വാഗതം മിസ്റ്റർ റിഷിനും മിസ് ശ്രീനികിത്തിനും! നിങ്ങൾക്ക് സമാധാനപരമായ ഒരു ഫ്ലൈറ്റ് മുന്നിലുണ്ട്, മാഡം!", എയർ ഹോസ്റ്റസ് സൗമ്യമായ പുഞ്ചിരിയോടെ പറഞ്ഞു.

ഞങ്ങളുടെ യാത്ര കരാറിനായി ഒരു അവതരണം നടത്തുക എന്നതായിരുന്നു. അപ്പോഴേക്കും ഞാൻ പൂർണ്ണമായും തളർന്നിരുന്നു. അത്താഴത്തിന് ശേഷം, ഞാൻ ശരിക്കും ചെയ്യാൻ ആഗ്രഹിച്ചത്, കിടക്കയിലേക്ക് ഇഴഞ്ഞ് ഉറങ്ങുക എന്നതാണ്. എന്നാൽ അവിടെയാണ് പ്രശ്നം ഉടലെടുത്തത്.

അവന്റെ സ്വകാര്യ ജെറ്റിൽ ഒരു കിടപ്പുമുറി മാത്രമേ ഉണ്ടായിരുന്നുള്ളൂ, അവൻ എന്നെപ്പോലെ തന്നെ തളർന്നു. നാളെ അവതരണം നടത്തണം എന്ന് മനസ്സിൽ വെച്ചുകൊണ്ട്, ജെറ്റിന്റെ സുഖകരമല്ലാത്ത റിക്ലൈനർ സീറ്റിൽ ഉറങ്ങാൻ ഞാൻ തീരുമാനിച്ചു. കൂടാതെ, പകൽ സമയത്ത് അവൻ എന്നെ അവന്റെ കിടപ്പുമുറിയിൽ ഉറങ്ങാൻ അനുവദിച്ചു.

ഞാൻ കിടപ്പുമുറിയിൽ നിന്ന് മടങ്ങാൻ തിരിഞ്ഞു. പക്ഷേ, കിടപ്പുമുറിയിൽ നിന്ന് പുറത്തുവരുന്നതിന് മുമ്പ് ഞാൻ അദ്വിക്കുമായി ഇടിച്ചു.

"ഞാൻ റിക്ലിനറിൽ ഉറങ്ങുകയാണ്... നീ കിടക്ക്... ഓക്കേ? "

ഞാൻ ആ വാക്കുകൾ പറഞ്ഞതായി നിങ്ങൾ കരുതുന്നുവെങ്കിൽ, അത് വലിയ കാര്യമല്ല. അദ്വിക്, ആ മനുഷ്യൻ തന്നെ അത് പറഞ്ഞു, എന്നെ അത്ഭുതപ്പെടുത്തി.

"വേണ്ട വേണ്ട... നീ കിടക്ക്...", ഞാൻ പ്രതിഷേധിച്ചു.

ഞാൻ ഊർജസ്വലനാകുന്നതുവരെ ഈ പ്രതിഷേധം തുടർന്നുകൊണ്ടിരുന്നു. കൂടുതൽ തർക്കിക്കാൻ വയ്യാതെ ഞാൻ പറഞ്ഞു,

"ശരി കേൾക്കൂ... നമുക്ക് കിടക്ക പങ്കിടാം..."

ദ്വി പെട്ടെന്ന് അംഗീകരിച്ചുവെന്ന് നിങ്ങൾ കരുതിയിരുന്നെങ്കിൽ, നിങ്ങൾക്ക് തെറ്റി.ഒരു ചെറിയ നാടകം സൃഷ്ടിക്കാൻ അദ്ദേഹം തീരുമാനിച്ചു.

" മിസ്. ശ്രിനികിത്, ഞാൻ നിന്നെ മുതലെടുക്കുമെന്ന് എന്താണ് നിങ്ങൾ വിചാരിച്ചത്? ഞാൻ അങ്ങനെയുള്ള ആളല്ല!", അയാൾ നാടകീയമായ ഒരു ഭാവത്തോടെ പറഞ്ഞു.

അതോടെ ഞാൻ കട്ടിലിന്റെ വലത് വശത്ത് കയറി, ദ്വി ഇടതു വശത്ത് രണ്ടും അഭിമുഖമായി കിടന്നു.

കയ്യിലുള്ള കാര്യത്തെ കുറിച്ച് കൂടുതൽ ആലോചിക്കാതെ ഉറക്കം എന്നെ കീഴടക്കി. പക്ഷേ, മുഴുവനായി ഒഴുകിപ്പോകുന്നതിന് മുമ്പ്, എന്റെ കൈയിൽ ഒരു വിരൽ കുത്തുന്നത് എനിക്ക് അനുഭവപ്പെട്ടു. ഞാൻ ദുർബലമായി കണ്ണുതുറന്നപ്പോൾ ദ്വി പറഞ്ഞു, "ഞാൻ ഉറങ്ങുമ്പോൾ എന്നെ മുതലെടുക്കാൻ ഒരിക്കലും ചിന്തിക്കരുത്, പ്രിയേ... എനിക്ക് കരാട്ടെ അറിയാം!". എന്നിട്ട് വികൃതിയായി ചിരിച്ചുകൊണ്ട് കണ്ണുകളടച്ചു.

ഞാൻ ഒരു പുഞ്ചിരിയോടെ ഉറക്കത്തിലേക്ക് വഴുതിവീണു.

ജനാലയിൽ നിന്നുള്ള സൂര്യൻ എന്നെ ശാന്തമായ ഉറക്കത്തിൽ നിന്ന് ഉണർത്തി. കണ്ണുതുറക്കും മുൻപേ, എന്റെ മേൽ പൊതിഞ്ഞിരിക്കുന്ന പാറ കട്ടിലിന്റെയും ഊഷ്മളമായ ആശ്വാസത്തിന്റെയും സുഖം ആസ്വദിക്കാൻ ഞാൻ തീരുമാനിച്ചു.

പരിഭ്രാന്തയായി, ഞാൻ കണ്ണുതുറന്നു, ഒരു ഷർട്ട് പൊതിഞ്ഞ നെഞ്ചിൽ മാത്രം. എന്റെ തല ദ്വിയുടെ നെഞ്ചിൽ അമർന്നിരിക്കുകയാണെന്ന് എനിക്ക് മനസ്സിലായി. ഞാൻ എഴുന്നേൽക്കാൻ ശ്രമിച്ചപ്പോൾ, എന്റെ അരക്കെട്ടിൽ വലയം ചെയ്യുന്ന ചൂടുള്ളതും കഠിനവുമായ കൈകൾ എന്നെ തടഞ്ഞുനിർത്തി പിന്നിലേക്ക് വലിച്ചു.

"റിലാക്സ് സ്വീറ്റ്ഹാർട്ട്! ഇത് ഞാൻ മാത്രമാണ്...", അദ്വിക് എന്റെ ചെവിയിൽ മന്ത്രിച്ചു, അത് എന്നെ അറിയാതെ വിറപ്പിച്ചു.

അവന്റെ സാമീപ്യം എന്റെ മനസ്സിനെ ശൂന്യമാക്കി. എല്ലാ ചിന്തകളും എന്റെ മനസ്സിൽ നിന്ന് ഓടിപ്പോയി. എന്നാൽ എവിടെയോ ഒരു മൂലയിൽ, അവന്റെ പിടിയിൽ നിന്ന് പോരാടാൻ എന്റെ യുക്തിസഹമായ മസ്തിഷ്കം എന്നോട് പറഞ്ഞു. പക്ഷേ എന്റെ മങ്ങിയ മസ്തിഷ്കം അത് ഏറ്റെടുത്തു.

അവന്റെ ചൂടുള്ള പിടിയിൽ സുഖമായി ഇരിക്കാനും അത് നിലനിൽക്കുന്നത് വരെ ആസ്വദിക്കാനും എന്നോട് പറഞ്ഞു. അതിനാൽ, ഞാനും അത് തന്നെ ചെയ്തു. ഞാൻ അവന്റെ കൈകളിൽ നിന്നു.

ഞങ്ങൾ രണ്ടു പേർക്കും, ഞങ്ങളുടെ പ്രവർത്തനത്തിന് തുല്യ ഉത്തരവാദിത്തമുള്ളതിനാൽ, മറ്റൊരാളെ നേരിടാൻ കഴിയില്ല. എന്നെ അത്ഭുതപ്പെടുത്തി, അദ്വിക് പോലും മൗനം പാലിച്ചു. ഹോട്ടലിലേക്കുള്ള ഞങ്ങളുടെ യാത്രയും നിശബ്ദമായിരുന്നു.

റിസപ്ഷനിസ്റ്റ് പെന്റ് ഹൗസിന്റെ മാസ്റ്റർ കീ തന്നയുടൻ ഞങ്ങൾ ലിഫ്റ്റിൽ കയറി പെന്റ് ഹൗസിലേക്ക് യാത്രയായി.

പെന്റ്ഹൗസിൽ പ്രവേശിക്കുമ്പോൾ, ഞാൻ ആദ്യം ശ്രദ്ധിച്ചത് നന്നായി അലങ്കരിച്ച, സുഖപ്രദമായ സ്വീകരണമുറിയാണ്. എന്നാൽ കൂടുതൽ പര്യവേക്ഷണത്തിൽ, ഒരു കിടപ്പുമുറി മാത്രമേ ഉള്ളൂവെന്ന് ഞാൻ ശ്രദ്ധിച്ചു.

"മിസ്റ്റർ റിഷ്, ഒരു ബെഡ്റൂം മാത്രമേയുള്ളൂ... എനിക്ക് വേറൊരു സ്യൂട്ടിൽ ചെക്ക് ഇൻ ചെയ്യണമെന്ന് തോന്നുന്നു...", ഞാൻ അവന് അഭിമുഖമായി പറഞ്ഞു.

"ഇല്ല, അതൊന്നും വേണ്ടി വരില്ല... നമുക്ക് ഉറപ്പായും ഷെയർ ചെയ്യാം.. ഇന്നലെ രാത്രി നമ്മൾ അത് ചെയ്യാത്ത പോലെ അല്ല! .", അവൻ മറുപടി പറഞ്ഞു.

ഞാൻ കൂടുതൽ തർക്കിക്കുന്നതിന് മുമ്പ്, അവന്റെ ഫോൺ റിംഗ് ചെയ്തു. കോൾ എടുത്ത് അവൻ പോയി. ഞാനാകട്ടെ, അന്നത്തെ എന്റെ വസ്ത്രം എടുത്ത് കുളിക്കാൻ ബാത്ത്റൂമിലേക്ക് പോയി.

നിശബ്ദമായ പ്രഭാതഭക്ഷണത്തിന് ശേഷം, ഞങ്ങൾ രണ്ടുപേരും ഒരു സാധ്യതയുള്ള ക്ലയന്റുമായി മീറ്റിംഗിലേക്ക് പോയി. അദ്വിക് തന്റെ

ബുദ്ധിയും മിടുക്കും ബുദ്ധിപരമായ മനോഭാവവും കൊണ്ട് ഈ മീറ്റിംഗ് വിജയകരമാക്കി. കരാർ പേപ്പറുകൾക്കായി കാത്തിരുന്ന് ഒപ്പിട്ടാൽ മതി. ഈ മീറ്റിംഗിൽ ഉടനീളം, എനിക്ക് ആ പൂർണ്ണതയെ അഭിനന്ദിക്കാതിരിക്കാൻ കഴിയില്ല, അദ്വിക്. അവൻ സ്വയം വഹിക്കുന്ന രീതി, അവന്റെ വ്യക്തിത്വവും ഭാവവും ശക്തിയും ആത്മവിശ്വാസവും അഹങ്കാരവും അലറുന്ന രീതി, എന്നെ കണ്ടുമുട്ടിയ ഒരു നിമിഷത്തിനുള്ളിൽ അവന്റെ കണ്ണുകൾ ഉരുകി മൃദുവാകുന്ന രീതി, എനിക്ക് ചുറ്റും അവന്റെ ശരീരം വിശ്രമിക്കുന്ന രീതി, പ്രോജക്റ്റിനെക്കുറിച്ച് അദ്ദേഹം സംസാരിച്ച രീതി. .. എല്ലാം... അദ്വിക് റിഷ് ആക്കുന്ന എല്ലാം.

ഞങ്ങളുടെ പെന്റ്ഹൗസിൽ എത്തിയപ്പോൾ സന്ധ്യ കഴിഞ്ഞിരുന്നു. ഞാൻ ഒരു മാലാഖയാകാൻ തീരുമാനിച്ചു, രണ്ട് കപ്പ് ചൂടുള്ള ചോക്ലേറ്റ് ഉണ്ടാക്കി.

"മിസ്റ്റർ റിഷ്, നിങ്ങൾക്ക് ഒരു കപ്പ് ചൂടുള്ള ചോക്ലേറ്റ് വേണോ?!"

പക്ഷെ ഞാൻ പറയുന്നത് കേൾക്കാത്ത മട്ടിൽ അവൻ ഫോണിൽ കളി തുടർന്നു. അതുകൊണ്ട് ഞാൻ കൂടുതൽ ഉറക്കെ വിളിച്ചു. എന്നാൽ പ്രതികരണം ഒന്നുതന്നെയായിരുന്നു. അവഗണിച്ച അവന്റെ പെരുമാറ്റം എന്റെ മനസ്സിനെ വല്ലാതെ പിടിച്ചുലച്ചു.

ദേഷ്യത്തോടെ ഞാൻ രണ്ട് കപ്പുകളും അടുത്തുള്ള കോഫി ടേബിളിൽ വെച്ച് ദേഷ്യത്തോടെ അവന്റെ അടുത്തേക്ക് നടന്നു. ഞാൻ അവന്റെ വലത് കൈ നീട്ടി അവന്റെ ശ്രദ്ധ നേടാനായി അവനെ ബലമായി വലിച്ചു.

"എന്താ?!", അവൻ ദേഷ്യം കലർന്ന സ്വരത്തിൽ ചോദിച്ചു. ഈ മനുഷ്യന്റെ ധൈര്യം !! _ _

"! ഇത്രയും നേരം നിന്നെ വിളിച്ചത് നിസാരമെന്ന മട്ടിൽ നീയെന്നെ അവഗണിച്ചു... ഇപ്പൊ 'എന്താ' എന്ന് ചോദിക്കുന്നത്??", നിരാശയോടെ ഞാൻ ചോദിച്ചു.

"ഓ ശരിക്കും?! നിങ്ങൾ എന്നെ വിളിക്കുകയായിരുന്നോ?! എപ്പോൾ?! നിങ്ങൾ എന്റെ അച്ചരനുമായോ കസിനോടോ ഫോണിൽ സംസാരിക്കുകയാണെന്ന് ഞാൻ കരുതി! നിങ്ങൾ കൂടുതൽ

വ്യക്തമായി പറയേണ്ടതായിരുന്നു!", അവൻ മറുപടി പറഞ്ഞു.

"ഞാൻ എന്തിനാണ് അമ്മാവനെയോ സഞ്ജയനെയോ മിസ്റ്റർ റിഷ് എന്ന് വിളിക്കുന്നത്?! അത് നിങ്ങൾക്ക് നന്നായി അറിയാം...",

"പിന്നെ എന്തിനാ എന്നെ മിസ്റ്റർ റിഷ് എന്ന് വിളിക്കുന്നത്?!", അവൻ പ്രതിരോധമില്ലാത്ത സ്വരത്തിൽ ചോദിച്ചു, അത് എന്റെ ഹൃദയത്തെ ചെറുതായി വേദനിപ്പിച്ചു.

അവന്റെ പതിവ് ആത്മവിശ്വാസമില്ലാതെ അവൻ പറയുന്നത് കേൾക്കുന്നത് എനിക്ക് അത്ര സുഖകരമായിരുന്നില്ല. അത് എന്നെ വേദനിപ്പിച്ചു. എന്നിരുന്നാലും, എനിക്ക് അവന്റെ ആഗ്രഹങ്ങൾ നിറവേറ്റാൻ കഴിയില്ല. ഞാൻ അവന്റെ പേര് പറയുന്ന നിമിഷം തന്നെ അവന്റെ മുന്നിൽ തകർന്നു പോകുമോ എന്ന് ഞാൻ ശരിക്കും ഭയക്കുന്നു... നീണ്ട 7 വർഷമായി ഞാൻ ഉച്ചരിക്കാതിരിക്കാൻ ശ്രമിച്ച പേര്.... അദ്വിത്...

"ഞങ്ങൾ നിങ്ങളെ മിസ്റ്റർ റിഷ് എന്ന് വിളിക്കുന്നു, കാരണം ഞങ്ങളുടെ ബന്ധം പൂർണ്ണമായും ബിസിനസ്സാണ് ... നിങ്ങളുടെ കുടുംബപ്പേര് വിളിക്കുന്നതാണ് ഉചിതം...", ഞാൻ നിസ്സംഗതയോടെ മറുപടി പറഞ്ഞു.

"ആഹ്ഹ്!", അവൻ ഒരു ദീർഘനിശ്വാസം വിട്ടുകൊണ്ട് തലമുടിയിൽ തലോടി.

അതോടെ, അവന്റെ പതിവ് അഹങ്കാരം തിരിച്ചെത്തി, അവന്റെ നോട്ടം ഇരുണ്ടതും വേട്ടക്കാരനെപ്പോലെയും ആയി. അവൻ എന്റെ ദിശയിൽ ഒരു ചുവട് വച്ചു, അത് എന്നെ ഒരു ചുവട് പിന്നോട്ട് വയ്ക്കാൻ പ്രേരിപ്പിച്ചു. അവന്റെ കൊള്ളയടിക്കുന്ന കണ്ണുകൾ എന്റെ കണ്ണുകളെ താങ്ങി, ആ നീലക്കുളങ്ങളിൽ മുക്കി. അവൻ ഒരു ചുവട് മുന്നോട്ട് വച്ചു, സഹജമായി, ഞാൻ ഒരടി പിന്നോട്ട് വച്ചു. ഞാൻ മൂലയിൽ വീഴുന്നതുവരെ ഇത് തുടർന്നു, അവൻ എന്നോട് അടുത്തു. എന്റെ തല നിശ്ചലമായി പിടിച്ച് അവന്റെ രണ്ടു കൈകളും ഭിത്തിയിൽ അമർന്നു.

അവന്റെ സാമീപ്യം എന്റെ ഹൃദയത്തെ വേഗത്തിലാക്കുകയും എന്റെ ശ്വാസത്തെ ഭാരപ്പെടുത്തുകയും ചെയ്തു.

"എന്റെ പേരെന്താണ്?!", അവൻ പതിഞ്ഞ ശബ്ദത്തിൽ ചോദിച്ചു. അത് എന്റെ ഹൃദയമിടിപ്പ് കൂടുതൽ വേഗത്തിലാക്കി.

"മിസ്റ്റർ റിഷ്", ഞാൻ മന്ത്രിച്ചു.

"തെറ്റായ ഉത്തരം !", അവൻ പറഞ്ഞു, ഒരു ചുവട് കൂടി അടുത്തു.

അവന്റെ നെഞ്ച് എന്റെ നെഞ്ചിൽ തൊട്ടു. അവൻ എന്റെ ചെവികളിലേക്ക് അടുപ്പിച്ചു കൊണ്ട് മന്ത്രിച്ചു, "എന്റെ പേരെന്താണ്, പ്രിയേ?"

"മിസ്റ്റർ റിഷ്" എന്ന് മറുപടി പറയുന്നതിന് മുമ്പ് എനിക്ക് കണ്ണുകൾ അടയ്ക്കാതിരിക്കാൻ കഴിയില്ല.

"വീണ്ടും തെറ്റായ ഉത്തരം പ്രിയേ! നമുക്ക് വീണ്ടും ശ്രമിക്കാം!", അവൻ പറഞ്ഞു, അപ്പോഴും എന്റെ ചെവിയിൽ മന്ത്രിച്ചു.

പിന്നെ, അവൻ ചുമരിൽ നിന്ന് കൈകൾ നീക്കി, എന്റെ മുഖം അവന്റെ ഒരു കൈയിൽ അമർത്തി, അവന്റെ തള്ളവിരൽ കൊണ്ട് എന്റെ കവിളിൽ തലോടി. അവന്റെ മറ്റേ കൈ എന്റെ അരക്കെട്ടിൽ ചുറ്റിപ്പിടിച്ചു. അവന്റെ ചുണ്ടുകൾ എന്റെ ചുണ്ടിൽ തഴുകി.

"എന്റെ പേരെന്താണ്, റിക്ക?!", അവൻ ഞരക്കത്തോടെ ചോദിച്ചു. വിറയൽ എന്റെ നട്ടെല്ലിലൂടെ ഒഴുകി. ഇത്രയും വർഷങ്ങൾക്ക് ശേഷം അവന്റെ ചുണ്ടിൽ നിന്ന് എന്റെ പേര് കേൾക്കുന്നത് എന്റെ ഹൃദയത്തെ ഒരേ സമയം കുലുക്കി ഓടിച്ചു.

"അദ്വിത്", ഞാൻ ഒടുവിൽ മന്ത്രിച്ചു.

അവന്റെ കണ്ണുകൾ വീണ്ടും എന്റെ കണ്ണുകളോട് ചേർത്തു. അത് സംതൃപ്തിയും സന്തോഷവും സ്നേഹവും ചിത്രീകരിച്ചു.

സന്തോഷം നിറഞ്ഞ പുഞ്ചിരിയോടെ അവൻ എന്റെ ചുണ്ടുകളിൽ അമർത്തി. അവന്റെ ചുംബനത്തിൽ വികാരങ്ങൾ നിറഞ്ഞു. അത് വാത്സല്യവും കരുതലും സ്നേഹവും സന്തോഷവും ചിത്രീകരിച്ചു.

അധികം കാത്തു നിൽക്കാതെ എന്റെ ഉള്ളിലെ എല്ലാം കൊണ്ട് ഞാൻ അവനെ തിരിച്ചു ചുംബിച്ചു. ആ ചുംബനം എന്റെ കാലുകൾ കുലുക്കി, കാൽമുട്ടുകൾ വിറച്ചു, ശ്വാസം മുട്ടി, കണ്ണുകൾ അടഞ്ഞു, നട്ടെല്ല് വിറച്ചു, ചുറ്റുപാടും ഇല്ലാതായി.

അവൻ അത് ആഴത്തിലാക്കി ഞങ്ങൾക്കിടയിൽ ഇടം കിട്ടാത്തിടത്തോളം എന്നെ കൂടുതൽ അടുപ്പിച്ചു. ഞാൻ, യാന്ത്രികമായി, അവന്റെ സിൽക്ക് മുടിയിൽ രണ്ടു കൈകൊണ്ടും ത്രെഡ് ചെയ്ത് താഴേക്ക് വലിച്ചു.

ഒടുവിൽ, ശ്വാസം മുട്ടിയപ്പോൾ ഞങ്ങൾ പിന്നിലേയ്ക്ക് മാറി, ഞങ്ങൾ രണ്ടുപേരും ശക്തമായി ശ്വസിച്ചുകൊണ്ട് ശ്വാസം പിടിക്കാൻ ശ്രമിച്ചു.

അപ്പോഴാണ്, അത് എന്നെ ബാധിച്ചത്. ഇത് എന്റെ രണ്ടാമത്തെ ചുംബനമാണ്... ആ ദ്വികുമായുള്ള രണ്ടാമത്തെ ചുംബനം... ഒരു പുരുഷനുമായുള്ള എന്റെ രണ്ടാമത്തെ ചുംബനം... അത് അതിശയകരമായിരുന്നു!

"ഇത് നിന്നെ ഒരു പാഠം പഠിപ്പിക്കണം, പ്രിയേ! ഓരോ തവണയും നിങ്ങൾ എന്നെ ഔദ്യോഗിക സ്വരത്തിൽ വിളിക്കുമ്പോൾ, നിങ്ങൾ ശിക്ഷിക്കപ്പെടും. സൂക്ഷിക്കുക!", അയാൾ ചിരിച്ചുകൊണ്ട് പറഞ്ഞു.

അസ്വാഭാവികതയിൽ നിന്ന് കരകയറുന്നതിനുപകരം, ആ ചുംബനം എനിക്ക് ആത്മവിശ്വാസത്തിന്റെ കുതിപ്പ് നൽകി. ചുംബനത്തിന്റെ തീവ്രതയിൽ എന്റെ മുഖം ചുവന്നു.

" ശിക്ഷ ഇത്രയും നല്ലതാണെങ്കിൽ, അതേ തെറ്റ് ആയിരം തവണ ആവർത്തിക്കാൻ ഞാൻ തയ്യാറാണ്!", ചിരിയോടെ ഞാൻ മറുപടി പറഞ്ഞു.

അത്രയേ വേണ്ടൂ അവന്, അവൻ വേഗം എന്നെ തന്റെ കൈകളിലേക്ക് വലിച്ചു, എന്റെ ചെവിയിലേക്ക് വായ താഴ്ത്തി, മന്ത്രിച്ചു, "ഇപ്പോൾ ഞങ്ങൾക്ക് വേണ്ടത്ര ശ്വാസം ലഭിച്ചുവെന്ന് ഞാൻ കരുതുന്നു...", വീണ്ടും എന്റെ ചുണ്ടുകൾ പിടിച്ചെടുത്തു.

ഈ ചുംബനം മുമ്പത്തേത് പോലെ തന്നെ ഗംഭീരമായിരുന്നു. ഭൂമി തകരുന്നു, കാൽമുട്ട് വളയുന്നു, കാൽവിരലുകൾ ചുരുട്ടുന്നു!

മണിക്കൂറുകൾ പോലെ തോന്നിയതിനു ശേഷം ഞങ്ങൾ വീണ്ടും പിരിഞ്ഞു. എനിക്ക് ഒരു വാക്ക് പോലും നൽകാതെ, വളരെക്കാലമായി മറന്നുവെച്ച ചൂടുള്ള ചോക്ലേറ്റ് എടുക്കാൻ ആ ദ്വിക് എന്നെ കടന്നുപോയി.

എന്റെ നോട്ടത്തിൽ പിടിച്ചു കൊണ്ട് അവൻ തന്റെ കപ്പിൽ നിന്ന് ഒരു സിപ്പ് എടുത്തു. ആ ദ്രാവകം നാവിൽ സ്പർശിച്ചപ്പോൾ കണ്ണുകൾ വിടർന്നു അവൻ വിളിച്ചു.

"ഈ ലോകത്തിലെ ഏറ്റവും നല്ല ചൂടുള്ള ചോക്ലേറ്റ് ഉണ്ടാക്കുന്നത് നിങ്ങളാണ്!"

"നന്ദി!", ഞാൻ മറുപടി പറഞ്ഞു, അദ്ദേഹത്തിന്റെ അഭിനന്ദനത്തിൽ സന്തോഷം തോന്നി.

അവന്റെ കാന്തിക കണ്ണുകളിലേക്ക് ഉറ്റുനോക്കുമ്പോൾ, ഞാൻ അവനെ ആദ്യമായി കാണുന്നത് പോലെ എനിക്ക് തോന്നി. സാവധാനം ഞങ്ങൾ രണ്ടുപേരും അടുത്തേക്ക് ചെന്നു, രണ്ടുപേരും ശക്തമായി ശ്വസിച്ചു, അപ്പോഴും പരസ്പരം കണ്ണുകളിലേക്ക് നോക്കി.

അവന്റെ ഇടതുകൈയുടെ വിരലുകൾ എന്റെ വലത് കവിളിൽ ആർദ്രമായി തഴുകി. എന്റെ കൈ അവന്റെ കഴുത്തിൽ വലയം ചെയ്തു, അവനെ എന്നിലേക്ക് അടുപ്പിച്ചു, ഞങ്ങളുടെ ചുണ്ടുകൾ പരസ്പരം മുറുകെ അമർത്തി, എന്റെ മറ്റേ കൈ അവന്റെ മുടിയിൽ സ്നേഹത്തോടെ നൂൽ വച്ചു.

"ഞാൻ നിന്നെ സ്നേഹിക്കുന്നു റിക്ക!", ഞങ്ങൾ വായുവിനായി പിരിഞ്ഞപ്പോൾ അവൻ മന്ത്രിച്ചു.

"ഞാനും നിന്നെ സ്നേഹിക്കുന്നു, ദ്വീ !", ഒടുവിൽ ശ്വാസം മുട്ടി ഞാൻ മറുപടി പറഞ്ഞു. ഞങ്ങൾ രണ്ടുപേരും ഒന്നും മിണ്ടാതെ പരസ്പരം കണ്ണുകളിലേക്ക് നോക്കി കുറച്ച് മിനിറ്റ് കൂടി.

"അപ്പോൾ ആരാണ് വിജയിച്ചത്?!", ഒടുവിൽ അവൻ നിശബ്ദത ഭഞ്ജിച്ചു.

"നമ്മുടെ സ്നേഹം", അവനെന്നെ മറ്റൊരു ചുംബനത്തിലേക്ക് വലിച്ചിടുന്നതിന് മുമ്പ് ഞാൻ മറുപടി പറഞ്ഞു.

www.ingramcontent.com/pod-product-compliance
Lightning Source LLC
LaVergne TN
LVHW041542070526
838199LV00046B/1803
* 9 7 9 8 8 8 6 6 7 3 3 5 7 *